AF741894

ആറ്റക്കോയ പള്ളിക്കണ്ടി

1947 ഒക്ടോബർ 4-നു കോഴിക്കോട് പള്ളിക്കണ്ടിയിൽ ജനിച്ചു. എം.എം.ഹൈസ്കൂൾ, കോഴിക്കോട് കോ-ഓപ്പറേറ്റീവ് കോളേജ്, ഫാറൂഖ് കോളേജ് എന്നിവിടങ്ങളിൽ വിദ്യാഭ്യാസം. ആലപ്പുഴ ജേർണലിസ്റ്റ് ഇൻസ്റ്റിറ്റ്യൂട്ടിൽ നിന്നും ബ്രിട്ടീഷ് ട്രാൻസ്‌വേൾഡ് കോളേജിൽ നിന്നും ജേർണലിസത്തിൽ ഡിപ്ലോമ.

ചന്ദ്രിക ദിനപത്രത്തിൽ ചീഫ് സബ് എഡിറ്ററായി പ്രവർത്തിച്ചുകൊണ്ടിരിക്കുമ്പോൾ 1974-ൽ ദുബായിലേക്കു പോയി. യു.എ.ഇ. മാതൃഭൂമി ലേഖകനായും, ഗൾഫ്‌വ്യൂസ്, പ്രവാസിദൂതൻ, കുടുംബിനി എന്നീ പ്രസിദ്ധീകരണങ്ങളുടെ ചീഫ് എഡിറ്ററായും പ്രവർത്തിച്ചു. ഇന്തോ-അറബ് കോൺഫെഡറേഷൻ കൗൺസിൽ ചെയർമാൻ, വേൾഡ് മലയാളി ലിറ്റററി കൗൺസിൽ ജനറൽ സെക്രട്ടറി, യൂണിവേഴ്സൽ മീഡിയ റിസർച്ച് സെന്റർ ഡയറക്ടർ, പ്രവാസി വെൽഫെയർ ആന്റ് ഡെവലപ്മെന്റ് കോ-ഓപ്പറേറ്റീവ് സൊസൈറ്റി ഡയറക്ടർ, എൻ.ആർ.ഐ. വെൽഫെയർ സെന്റർ മുഖ്യരക്ഷാധികാരി തുടങ്ങിയ പദവികൾ വഹിച്ചു.

എണ്ണ, അതിർത്തിഗാന്ധി, കാലം മായ്ക്കാത്ത കാല്പാടുകൾ, ഗൾഫിൽ ഇനി എന്ത്?, ഗൾഫ് ചിന്തകൾ, വിദേശമലയാളികൾക്കൊരു മാർഗ്ഗരേഖ, കനകം തേടിപ്പോയവർ, മരുഭൂമിയിലെ കിരണങ്ങൾ, തുടങ്ങിയവ കൃതികളാണ്.

വി.കെ.കൃഷ്ണമേനോൻ അവാർഡ്, ആനിബസന്റ് ഇന്റർനാഷണൽ അവാർഡ്, യൂനിവേഴ്സൽ ലിറ്റററി കൗൺസിൽ പുരസ്കാരം, തിരുവള്ളൂർ അവാർഡ്, ഡോ.ഹെർമൻഗുണ്ടർട്ട് അവാർഡ്, ഡോ.പ്രസാദ്ഭൂഷൺ അവാർഡ്, സേവന പ്രതിഭാ ബഹുമതി തുടങ്ങിയ അംഗീകാരങ്ങൾ ലഭിച്ചിട്ടുണ്ട്.

വിലാസം:

'എമിറേറ്റ്', കല്ലായ്റോഡ്, കോഴിക്കോട്-673002

ഫോൺ: 9895529766 Email: indoarabcc@gmail.com

Malayalam Language
Eenthappazhathinte Sugandam
(Pravasi Smaranakal)
by
Attakkoya Pallikandy

♦

Published in April 2023
by Kairali Books Private Limited
Thalikkavu Road, Kannur.
Ph : 0497-2761200
Email : kairalibooksknr@gmail.com

♦

Cover Design
Dharmalal Kayalot

♦

Typesetting & Layout
National Graphics
Stadium Junction, Calicut

Printed at
Papyrus Printers, Kozhikode

2/23-24/Sl.No.1428/POD50/NS 18.6
ISBN 978-93-93397-62-1

ഈന്തപ്പഴത്തിന്റെ സുഗന്ധം

പ്രവാസ കാലത്തിന്റെ വാങ്മയ ചിത്രങ്ങൾ

ആറ്റക്കോയ പള്ളിക്കണ്ടി

കൈരളി ബുക്സ്

ഉള്ളടക്കം

പൂമുഖവാതിൽക്കൽ

തീഷ്ണവും ഹൃദയസ്പർശിയുമായ ജീവിതാനുഭവങ്ങളിലേയ്ക്ക് മനസ്സുകൊണ്ടൊരു മടക്കയാത്ര നടത്താനുള്ള ശ്രമമാണ് 'ഈന്തപ്പഴത്തിന്റെ സുഗന്ധം' എന്ന എന്റെ ഈ പുസ്തകം. വർഷങ്ങൾ നീണ്ട പ്രവാസജീവിതം രൂപപ്പെടുത്തിയ പല വീക്ഷണങ്ങളും ഞാൻ അനുവാചകരുമായി പങ്കുവയ്ക്കുകയാണിവിടെ. എന്റെ മനസ്സിനെ ത്രസിപ്പിച്ച, ഒത്തിരി വ്യക്തികളും സംഭവങ്ങളും ഉണ്ടായിട്ടുണ്ടെങ്കിലും അവ അറിവിന്റെ പുതിയ വാതായനങ്ങൾ മറ്റുള്ളവരിലേയ്ക്ക് തുറക്കാൻ ഉപകരിക്കുമെങ്കിലേ അക്ഷരങ്ങളിലേക്ക് പകർന്നിട്ടു കാര്യമുള്ളു.

ഒരിക്കൽ ഗൾഫ് മോഹിപ്പിക്കുന്ന ഒരു സ്വപ്നമായിരുന്നെങ്കിൽ, ഇന്നത് നഷ്ടബോധത്തിന്റെ നീറുന്ന ഓർമ്മയായി പരിണമിച്ചതിന്റെ ചിത്രം വരയ്ക്കാൻ നാലഞ്ച് ലേഖനങ്ങളിൽ വ്യത്യസ്തമായ രീതിയിൽ ശ്രമിച്ചിട്ടുണ്ട്. മലയാളത്തിന് നമ്മുടെ അലസമനോഭാവം കൊണ്ട് നഷ്ടപ്പെടുന്ന ഹരിതാഭ ചുട്ടുപൊള്ളുന്ന മണലാരണ്യം തിരിച്ചു കൊണ്ടുവരുവാൻ കാരണമായ വസ്തുതകൾ വിലയിരുത്തുകയാണ് രണ്ട് പ്രബന്ധങ്ങളിൽ. എ.പി.ജെ.അബ്ദുൽകലാം എന്ന മഹാമനീഷിയിലേക്കും വൈക്കം മുഹമ്മദ്ബഷീർ എന്ന നിസ്തുല പ്രതിഭയിലേക്കും ധീര ദേശാഭിമാനിയായ കുഞ്ഞാലിമരക്കാരിലേക്കും നാടിന്റെ മോചനത്തിനുവേണ്ടിയുള്ള ശ്രമത്തിൽ മരണത്തിനു വിധേയനാക്കപ്പെട്ട ബഹദൂർഷാ സഫറിലേക്കും പുരാവസ്തു ശേഖരം ജീവിതവ്രതമായെടുത്ത അബ്ദുൽ റാഷിദ് എന്ന അനാഥബാലനിലേക്കും വായനക്കാരെ കൊണ്ടുപോകാനും ചില ലേഖനങ്ങളിലൂടെ ഞാൻ ശ്രമിച്ചിട്ടുണ്ട്.

വായനക്കാരുടെ ഭാവുകത്വത്തെ എന്റെ നിരീക്ഷണങ്ങൾ തൊട്ടുണർത്തുന്നുവെങ്കിൽ എന്റെ തൂലിക കൃതാർത്ഥത കൈവരിക്കും എന്ന കാര്യത്തിൽ സംശയമില്ല. ഈ പുസ്തകം യാഥാർത്ഥ്യമാക്കുന്നതിൽ പങ്കുവഹിച്ച പ്രമുഖ ഭാഷാപണ്ഡിതനും ചിന്തകനുമായ ഡോ: പ്രിയദർശൻലാൽ, പ്രമുഖ സാഹിത്യകാരൻ കാനേഷ് പൂനൂർ എന്നിവരോടുള്ള ഞാനെന്റെ സ്നേഹം സമർപ്പിക്കട്ടെ. ശുഭപ്രതീക്ഷകളോടെ,

ആറ്റക്കോയ പള്ളിക്കണ്ടി

ഓർമ്മപ്പൂക്കളത്തിന്റെ ചാരുദൃശ്യങ്ങൾ

ഡോ. കെ. എം. പ്രിയദർശൻലാൽ

ആധുനികചരിത്രം ആരംഭിക്കുന്നതിനും വളരെ മുമ്പുതന്നെ കേരളവും മദ്ധ്യേഷ്യൻ രാജ്യങ്ങളും തമ്മിൽ വാണിജ്യ ബന്ധമുണ്ടായിരുന്നു. യഹൂദചരിത്രത്തിലെ മഹാനായ സോളമൻ ചക്രവർത്തി ടാർഷിപ്പ് എന്ന കപ്പൽ വ്യൂഹത്തെ അയച്ച് ഓഫിർ (ബേപ്പൂർ) തുറമുഖത്തുനിന്ന് ഭക്ഷ്യവസ്തുക്കളും ഔഷധങ്ങളും വാങ്ങിയിരുന്നുവെന്നറിയാം. ബൈബിൾ പഴയനിയമത്തിലെ പല ഹീബ്രുപദങ്ങളുടെയും തമിഴ്ബന്ധം വ്യക്തമാണ്. ഒറൂസ (അരിചി, അരി) കൊറിയാണ്ടം (കുറുന്തം, കുന്തിരിക്കം), സിഞ്ചിമ്പർ (ഇഞ്ചിവേർ, ഇഞ്ചി) ഇവയൊക്കെ തിരിച്ചറിയപ്പെട്ടിട്ടുണ്ട്. ഫിനിഷ്യ (ലബനൺ) ദേശക്കാരായിരുന്നു വ്യാപാരത്തിന്റെ മുൻനിരക്കാർ. മെസേപ്പെട്ടോമിയൻ സംസ്കാരവും അതിന്റെ ഘടകങ്ങളായ അസീറിയൻ, സുമേറിയൻ, ബാബിലോണിയൻ നാഗരിതകളും ഊഷ്മളമായ കേരളബന്ധം പുലർത്തിയിരുന്നു. അന്ന് ചേരനാട് എന്നറിയപ്പെട്ടിരുന്ന ഈ ഭൂഭാഗത്തു വന്ന വ്യാപാരികളും സഞ്ചാരികളും രേഖപ്പെടുത്തിയ വിവരണങ്ങൾ കേരളചരിത്ര പഠനത്തിന് വിലപ്പെട്ടവയാണ്. ലോകാത്ഭുതങ്ങളിലൊന്നായി കരുതപ്പെടുന്നതാണ് ബാബിലോണിയയിലെ തൂക്കുപൂന്തോട്ടം (ഹാംഗിംഗ് ഗാർഡൻ). നെബുക്കദ് നസർ എന്ന ചക്രവർത്തിയുടെ ഈ വിചിത്ര സ്വപ്നം സാക്ഷാത്ക്കരിക്കാൻ നിലമ്പൂരിൽനിന്നു കൊണ്ടുപോയ തേക്കിൻതടികളാണ് സഹായകമായതെന്ന സത്യം ഇന്ന് തിരിച്ചറിയപ്പെട്ടിരിക്കുന്നു. യവനർ മിക്കവാറും എ.ഡി. ഒന്നാംശതകം മുതൽ കേരളത്തിൽ വന്നിട്ടുണ്ട്. അന്ന് ചേരനാടിന്റെ തലസ്ഥാനമായ വഞ്ചി എന്ന മുരയീപത്തനം (മുസിരിസ്), തൊണ്ടി (തിണ്ടിസ്), പന്തലായനി (പന്തർ), നാറാത്ത് (നൗറ) തുടങ്ങിയ തുറമുഖ നഗരങ്ങളുടെ വാണിജ്യസമൃദ്ധി അവരുടെ യാത്രാവിവരണങ്ങളിലും നാൾവഴിക്കുറിപ്പുകളിലും നിറഞ്ഞുനിൽക്കുന്നു. പ്ലീനി, ടോളമി

എന്നീ നാമങ്ങൾ സ്മരിക്കപ്പെടണം.

ചൈനയുമായുള്ള വാണിജ്യബന്ധം എ.ഡി.ആറാംനൂറ്റാണ്ടുമുതലെങ്കിലും സമൃദ്ധമായിരുന്നു. കൊല്ലം (മലമാലി) കേന്ദ്രമായ ഈ സമ്പർക്കം കേരളീയ ജീവിതത്തെ ആഴത്തിൽ സ്വാധീനിച്ചിട്ടുണ്ട്. ഫാഹിയാൻ ഏഴിമല മുതൽ കന്യാകുമാരി വരെ സഞ്ചരിച്ചിരുന്നതായി അനുമാനിക്കപ്പെടുന്നു. ഒൻപതാം ശതകം മുതൽ അറബിനാടുകളിൽ നിന്ന് ധാരാളം സഞ്ചാരികൾ എത്തിത്തുടങ്ങി. സുലൈമാൻ, ഇബിൻബത്തൂത്ത എന്നിങ്ങനെയുള്ള പ്രമുഖർ മലയാളം എന്ന മലബാറിനേക്കുറിച്ച് വാചാലരാണ്. പോർച്ചുഗീസുകാർ, ഡച്ചുകാർ, ഫ്രഞ്ചുകാർ, ഇംഗ്ലീഷുകാർ എന്നിവർ കച്ചവടത്തിനു വന്നിട്ട് നമ്മുടെ യജമാനൻമാരായി. ദുർബ്ബലരായ ഡൻമാർക്കുകാർപോലും താനൂരിൽവന്ന് ഭാഗ്യം പരീക്ഷിച്ചുനോക്കിയിട്ടുണ്ട്. ഈ വാണിജ്യബന്ധം സാമൂഹികതലത്തിലേക്കു പടർന്നു. ക്രിസ്തുമതവും ഇസ്ലാംമതവും അവയുടെ ഉത്ഭവകാലം മുതൽ കേരളത്തിൽ പ്രചരിച്ചിട്ടുണ്ട്. ജന്മനാട്ടിൽ നിന്ന് ആട്ടിയോടിക്കപ്പെട്ട യഹൂദർക്ക് സമാധാനപൂർണ്ണമായ ജീവിതം നൽകിയതും കേരളമാണ്. എന്നും കേരളത്തിന്റെ വാതിലുകൾ ലോകത്തിനുവേണ്ടി തുറന്നിട്ടിരുന്നു.

അനുലോമമായും പ്രതിലോമമായും സഞ്ചരിക്കാനുള്ള അത്ഭുതസിദ്ധി ചരിത്രത്തിനുണ്ട്. ഒരു കാലത്ത് ലോകത്തെ സമ്പന്നമാക്കിയ കേരളം പിന്നീട് ഇതരദേശങ്ങളെ ആശ്രയിച്ച് സമ്പന്നമാകാനുള്ള ശ്രമം നടത്തുന്ന കാഴ്ചയാണുണ്ടായത്. ഭാരതത്തിലെ ചെന്നൈ, മുംബൈ തുടങ്ങിയ നഗരങ്ങളിലേക്കു ഭാഗ്യം തേടിപ്പോയവർ നിരവധിയാണ്. ഒന്നാം ലോകമഹായുദ്ധം കേരളീയ യുവാക്കൾക്കു നൽകിയ ലോകപരിചയവും അനുഭവങ്ങളും അകലങ്ങളിലേക്കുള്ള യാത്ര തരപ്പെടുത്തി. സിലോൺ (ശ്രീലങ്ക) കുറേപ്പേർക്കു താവളമായി. ചെറുകിട കച്ചവടമായിരുന്നു ഉപജീവനമാർഗ്ഗം. ബർമ്മയും (മ്യാൻമർ) മറ്റൊരു താവളമായി. അവരൊക്കെ അത്യാവശ്യം ജീവിതമാർഗ്ഗങ്ങളുണ്ടാക്കി നാട്ടിലേക്കു മടങ്ങി. ഫെഡറേഷൻ ഓഫ് മലയാർ സ്റ്റേറ്റ്സ് (എഫ്.എം.എസ്) എന്ന മലേഷ്യയിൽ കാർഷികവൃത്തിക്കുപോയവരാണ് ആ നാട്ടിൽ സ്ഥിരവാസമുറപ്പിച്ചത്. മണ്ണിനോടുള്ള ബന്ധം ആരെയും എവിടെയും പിടിച്ചുനിർത്തും. മലേഷ്യയിലെ തുങ്കു അബ്ദുൾറഹിമാന്റെ മന്ത്രിസഭയിൽ തൊഴിൽമന്ത്രിയായിരുന്ന ചെറുകുന്നുകാരൻ ഡോ. പി.പി.നാരായണൻ ഐ.എൽ.ഒ.യുടെ അന്താരാഷ്ട്ര പ്രസിഡന്റുമായി. തലശ്ശേരിക്കാരൻ ദേവൻനായർ സിംഗപ്പൂർ പ്രസിഡന്റ് പദവിയിലെത്തി. ഇങ്ങനെ കുടിയേ

റിയ നാട്ടിൽ ആധിപത്യമുറപ്പിച്ച മലയാളികൾ വളരെ കുറവാണ്. ഇക്കാലത്ത് അമേരിക്കൻ പൗരത്വമെടുത്തവർ ആ നാടിന്റെ ജീവിതത്തെ സ്വാധീനിച്ച് അവിടുത്തുകാരായി മാറുന്നുവെന്നതും ശ്രദ്ധിക്കണം. അവിടത്തെ ജീവിതസൗകര്യങ്ങൾ ഇവിടെ സ്വപ്നം കാണാൻകൂടി കഴിയില്ലല്ലോ.

മത്സ്യബന്ധനവും ഈന്തപ്പനക്കൃഷിയും കച്ചവടവുമായി കഴിഞ്ഞ അറേബ്യൻ ജനതയ്ക്ക് മണ്ണിനടിയിലെ എണ്ണനിക്ഷേപം നൽകിയ സമൃദ്ധി ലോക സാമ്പത്തികരംഗത്തെ പാടേ മാറ്റിമറിച്ചു. ഇതിന്റെ മികച്ച ഉപഭോക്താക്കളാണ് മലയാളികൾ. ആയിരത്താണ്ടുകളുടെ വാണിജ്യ പരിചയവും വലിയതോതിലുള്ള മതപരമായ വൈകാരിക ദാർഢ്യവും ഇതിനു സഹായകമായി. അറുപതുകളുടെ ആരംഭംമുതൽ 'പേർഷ്യക്കാർ' എന്നൊരു വിഭാഗം ഈ നാട്ടിലുണ്ടായി. ക്രമേണ ദുബായ്, അബുദാബി, ഉമ്മുൽഖൈൻ, ഷാർജ തുടങ്ങിയ വാക്കുകൾ കേട്ടുതുടങ്ങി. യുണൈറ്റഡ് അറബ് എമിറേറ്റ്സ് എന്ന പൊതുനാമത്തിനു പുറത്തുള്ള ഖത്തർ, ഇറാഖ്, യമൻ, അറേബ്യ എന്നിവിടങ്ങളിലേക്കും അന്വേഷണമെത്തി. എല്ലാംകൂടി ഗൾഫുകാർ എന്ന പൊതുവിലാസത്തിൽ ഉൾപ്പെടുകയും ചെയ്തു. എഴുപതുകളായപ്പോഴേക്കും എങ്ങനെ അക്കരപറ്റണം എന്നു മോഹിക്കുന്ന യുവാക്കളും അക്കരെനിന്നുവരുന്ന ഒരുത്തന്റെ ഭാര്യാപദവി കൊതിക്കുന്ന യുവതികളും ധാരാളമായി. ആദ്യമാദ്യം ശാരീരികമായി കഷ്ടപ്പെടാൻ വിധിക്കപ്പെട്ട നിസ്സഹായരാണ് പോയതെങ്കിൽ ക്രമേണ ഉയർന്ന സാങ്കേതികവൈദഗ്ധ്യമുള്ളവർ പോയിത്തുടങ്ങി. 1990 ൽ ഇറാഖ് കുവൈറ്റിനെ ആക്രമിക്കുന്നതുവരെ കാര്യങ്ങൾ പുറമേ ഭദ്രമായിരുന്നു.

കൃഷിയും വ്യവസായവും കച്ചവടവുമാണ് ഏതു ജനതയുടെയും അടിസ്ഥാന ജീവിതോപാധികൾ, കച്ചവടം ആദ്യത്തെ രണ്ടിനേയും ആശ്രയിച്ചുനിൽക്കുന്നു. കേരളം എന്നും ഉൾക്കൊള്ളാവുന്നതിലധികം ജനസംഖ്യയുള്ള നാടാണ്. കൃഷി അനുദിനം കുറയുകയും കൃഷിഭൂമി മറ്റു കാര്യങ്ങൾക്കായി വിനിമയം ചെയ്യപ്പെടുകയും ചെയ്തു. ഉള്ള വ്യവസായം പൂട്ടുമെന്നല്ലാതെ പുതിയതൊന്നു തുടങ്ങുമെന്നു ചിന്തിക്കാൻ പോലും വയ്യാത്തവിധത്തിൽ ആ രംഗം അലങ്കോലമായി. എങ്കിലും ജീവിക്കാതെവയ്യ എന്ന സ്ഥിതിയിലാണ് മലയാളികൾ. കൃഷി നശിപ്പിക്കുകയും വ്യവസായത്തെ തടയുകയും ചെയ്യുന്നവരാണ് കേരളത്തിന്റെ യഥാർത്ഥ ശത്രുക്കൾ. ഇവിടെ അസ്വസ്ഥരായ തൊഴിലില്ലാപ്പട പെരുകണമെന്നു കരുതുന്നവർ തേർവാഴ്ച നടത്തുന്ന കാലത്തോളം അന്യദേ

ശ യാത്രയും അദ്ധ്വാനവും മാത്രമാണ് മുമ്പിലുള്ള വഴി. സായിപ്പിനേക്കാൾ നന്നായി ഇംഗ്ലീഷ് പറയാൻ പഠിപ്പിക്കുന്ന ഇംഗ്ലീഷ് മീഡിയം സ്കൂളുകളും സ്പോക്കൺ ഇംഗ്ലീഷ് ക്ലാസുകളും ഇത്രയധികമുള്ള വേറൊരു സംസ്ഥാനമുണ്ടോ? സാമൂഹികപുരോഗതിയും സാമ്പത്തിക പുരോഗതിയും കൈകോർത്തുമുന്നേറിയേ മതിയാവൂ. മലയാളിക്ക് ഭാഷാസ്നേഹവും ദേശസ്നേഹവുമില്ലെന്നു മുറവിളി കൂട്ടുന്നവർ അടിസ്ഥാന കാരണങ്ങൾ കണ്ടില്ലെന്നു നടിക്കുന്നു. ഗൾഫ് മേഖലയിൽ നടക്കുന്ന കലാ-സാംസ്കാരിക പ്രവർത്തനങ്ങൾ മലയാളിയുടെ സ്വത്വാഭിമാനിത്തിന്റെ വിളംബരങ്ങളാണ്. മരുഭൂമിയിലെ വിപരീത സാഹചര്യങ്ങൾക്കിടയിൽ മല്ലടിക്കുമ്പോഴും മനസ്സിൽ മലയാളത്തനിമ പുലർത്തുന്ന ഗൾഫുകാരനെ നമസ്കരിക്കണം. അമേരിക്കയിലെ ഫൊക്കാനോ മലയാളി സംഗമംപോലെ ഇനിയും ഉദാഹരണങ്ങൾ നിരത്താം.

ഗൾഫ് സംസ്കാരം പല അനാശാസ്യ പ്രവണതകളുമുണ്ടാക്കിയെന്ന സത്യവും കാണാതെപോകരുത്. അർഹിക്കുന്നതിനുമപ്പുറത്തുണ്ടായ സാമ്പത്തിക വളർച്ച പൊങ്ങച്ചത്തിനും ധൂർത്തിനും കാരണമായിട്ടുണ്ട്. നാട്ടിലെ പരിമിത വരുമാനക്കാരുടെ അഭിമാനത്തെ വ്രണപ്പെടുത്തുംവിധം വിലക്കയറ്റവും ഉണ്ടാക്കിയിട്ടുണ്ട്. അല്പനു കിട്ടുന്ന ഐശ്വര്യം പുച്ഛകാരണമാകുമെന്ന് പലരും ഓർത്തില്ല. അദ്ധ്വാനിച്ചുണ്ടാക്കുന്ന പണം ബുദ്ധിപൂർവ്വം ഉപയോഗിച്ച് കുബേരന്മാരായവരുമുണ്ട്; എണ്ണത്തിൽ കുറവാണെന്നു മാത്രം. കുടുംബത്തേയും സ്വജനങ്ങളേയും സഹായിക്കാൻ വേണ്ടി സ്വന്തം ജീവിതം പണയപ്പെടുത്തിയവരാണ് അധികവും. അവരുടെ അദ്ധ്വാനത്തിന്റെ വിലയറിയാതെ മറ്റുള്ളവർ നടത്തിയ ധൂർത്തുകാരണം തിരിച്ചുവന്ന് കഷ്ടപ്പെടുന്നവരും കുറവല്ല. വേണ്ടസമയത്ത് വേണ്ടതുപദേശിച്ചുകൊടുക്കാൻ ആളുകൾ വിരളമായിരുന്നു. അപൂർവ്വം ചില പക്വമതികൾ പറഞ്ഞത് മിക്കവരും ശ്രദ്ധിച്ചതുമില്ല.

അര നൂറ്റാണ്ടിലധികമായി ഗൾഫ് ജീവിതത്തെ അടുത്തറിയുകയും ഗൾഫ് മലയാളികളുടെ കഴിവുകളെ സർഗ്ഗാത്മകമായി പ്രയോജനപ്പെടുത്താൻ വഴികാട്ടുകയും ചെയ്യുന്ന ഒരു മഹാമനുഷ്യനാണ് ശ്രീ. ആറ്റക്കോയ പള്ളിക്കണ്ടി. പ്രവാചകന്റെ വിശുദ്ധരക്തം-സിരകളിലൊഴുകുന്ന പരമസാത്വികനായ ഈ തങ്ങൾ പരോപകാരത്തിനായിട്ടാണ് ജീവിക്കുന്നത്. മദ്ധ്യേഷയിൽനിന്നു പുറപ്പെടുന്ന ആദ്യത്തെ മലയാള പ്രസിദ്ധീകരണമായ ഗൾഫ് വ്യൂസിന്റെ പത്രാധിപരാണ് ഇദ്ദേഹം. പത്രപ്രവർത്തകനായിട്ടാണ് അവിടെ എത്തിയതും. അതി വൈകാരികത കുത്തിനിറച്ച ഫീച്ചറുകളല്ല വിചാരനിർഭരങ്ങളായ പഠനങ്ങളും അപഗ്ര

ഥനങ്ങളുമുള്ള ലേഖനങ്ങളാണ് ഇദ്ദേഹം എഴുതിയിരുന്നതും ഇപ്പോഴും എഴുതിക്കൊണ്ടിരുന്നതും. ആറ്റക്കോയയുടെ ഭാഷ പതിനാലാം രാവു പോലെ സൗമ്യമധുരവും അവയിലെ ആശയം നട്ടുച്ചപോലെ തിളച്ച്മറിയുന്നതാണ്. മരുഭൂമിയിലെ മരീചികപോലെ പ്രവാസ ജീവിതം മായക്കാഴ്ചകളെ കാട്ടിത്തരുമെന്നും അവയിൽ ഭ്രമിക്കരുതെന്നും സദാ മുന്നറിയിപ്പു നൽകിയിരുന്നു. ഗൾഫ് പണംകൊണ്ട് നാട്ടിൽ നന്മചെയ്യുന്നവരെ കണ്ടെത്തി അഭിനന്ദിച്ചിട്ടുണ്ട്. ജീവിതവിജയം നേടിയവർക്ക് പുരസ്കാരങ്ങൾ നൽകിയിട്ടുണ്ട്. പാടേ പരാജയപ്പെട്ടവർക്ക് ചികിത്സ തുടങ്ങിയ ആവശ്യങ്ങൾ നിറവേറ്റിക്കൊടുക്കുകയും ധനസഹായം നൽകുകയും ചെയ്യുന്നുണ്ട്. അല്പസ്വല്പം മിച്ചവുമായി തിരിച്ചുവന്നവർക്ക് സഹകരണമേഖല വഴി ബിസിനസ് സൗകര്യങ്ങളൊരുക്കുന്നുണ്ട്. നിശ്ശബ്ദമായി ചെയ്യുന്ന ഈ സേവനങ്ങൾ അവ ലഭിക്കുന്നവർ കൃതജ്ഞതയോടെ സ്മരിക്കുന്നുമുണ്ട്. ഇന്ന് പ്രവാസി കാര്യത്തിൽ കേന്ദ്ര സംസ്ഥാന സർക്കാരുകൾ ശ്രീ. ആറ്റക്കോയയുടെ ഉപദേശം തേടുന്നു. മാധ്യമങ്ങൾ ലേഖനങ്ങൾക്കും മാർഗ്ഗനിർദ്ദേശങ്ങൾക്കുമായി സദാ ഓടിയെത്തുന്നു. ശരാശരി മലയാളിപ്രവാസി എന്നു കേൾക്കുമ്പോൾ ആറ്റക്കോയ പള്ളിക്കണ്ടി എന്ന പേര് അതോടൊപ്പം കൂട്ടിവായിക്കുന്നു. ഗൾഫ് സ്വപ്നം മായുകയും മറ്റൊരു വഴി കാണാതെ പകച്ചിരിക്കുകയും ചെയ്യുന്ന മലയാളിക്കുമുമ്പിൽ പ്രശ്നപരിഹാരമാർഗ്ഗങ്ങൾ നിർദ്ദേശിക്കുകയാണ് ഇപ്പോൾ ഇദ്ദേഹത്തിന്റെ പ്രധാന പ്രവർത്തനം. സാഹിത്യരംഗത്തും ചലച്ചിത്ര രംഗത്തുംകൂടി ശ്രദ്ധിക്കുന്നുണ്ട്; ചലച്ചിത്ര പഠന ക്ലാസുകളും നടത്താറുണ്ട്.

ശ്രീ. ആറ്റക്കോയ എഴുതിയ ലേഖനങ്ങൾ ജീവചരിത്രങ്ങൾ, കലാനിരൂപണങ്ങൾ ഇവയെല്ലാം അങ്ങിങ്ങു ചിതറിക്കിടക്കുകയാണ് നൂറുകണക്കിന്. കയ്യിലുള്ളത് കുറച്ചുമാത്രം. നാടിനുവേണ്ടി പ്രഭാതം മുതൽ പ്രദോഷം വരെയും അതുകഴിഞ്ഞ് അർദ്ധരാത്രി വരെയും നീളുന്ന യാത്രകളും പ്രവർത്തനങ്ങളും കൊണ്ട് ഒന്നും സമാഹരിക്കാൻ സമയം കിട്ടിയില്ല; സമാഹരിക്കണമെന്ന ചിന്ത ഉണ്ടായതുമില്ല. കോവിഡുകാലം നൽകിയ നിർബ്ബന്ധിത വിശ്രമം മാത്രമാണ് ഇതുവരെ ലഭിച്ചതിൽ വെച്ച് ഏറ്റവും വലിയ ഇടവേള. ആറ്റക്കോയയുടെ ലേഖനങ്ങൾ സമാഹരിക്കണമെന്നും ഒരു ആത്മകഥാപരമായ പഠനം നടത്തണമെന്നും ചില സുഹൃത്തുക്കൾ രണ്ടു പതിറ്റാണ്ടിലധികമായി നിർബ്ബന്ധിക്കുന്നുണ്ടായിരുന്നു. അദ്ദേഹമതിന്നു വഴങ്ങിയിരിക്കുകയാണ്. എന്തെങ്കിലും ചെയ്യാതിരിക്കാൻ വയ്യാത്ത ആറ്റക്കോയക്ക് ഇപ്പോൾ ഇതെങ്കിലും ചെ

യ്യാതെ വയ്യതാനും. വിശദമായ മറ്റൊരു പഠന ഗ്രന്ഥത്തിന്റെ മിനുക്കുപണികൾ നടക്കുകയാണ്. അതിനു മുമ്പുതന്നെ ഒരു ലേഖനസമാഹാരത്തിന്റെ സാദ്ധ്യത പ്രസാധകർ പ്രയോജനപ്പെടുത്താൻ തീരുമാനിച്ചിരിക്കുന്നു. ഈ ഗ്രന്ഥത്തിന്റെ ജനനസാഹചര്യമിങ്ങനെയൊക്കെയാണ്. സ്വന്തം ജീവിതം പച്ചപിടിക്കാൻ വേണ്ടി മരുഭൂമിയിലേക്കുപോയവരേക്കുറിച്ചാകുമ്പോൾ ഇതാണ് നല്ല ശീർഷകം. ഈന്തപ്പഴത്തിന്റെ സുഗന്ധം.

ഈ ഗ്രന്ഥത്തിലെ ലേഖനങ്ങളധികവും പ്രവാസികളെയും അവരുടെ ആശ്രിതരെയും ലക്ഷ്യമിടുന്നവയാണ്; സങ്കടങ്ങളുടെ ദിവസങ്ങൾ, പുതിയ വഴിത്തിരിവ്, പ്രതിസന്ധിയിൽ പതറാതിരിക്കുക എന്നിങ്ങനെ, ആശങ്ക വേണ്ട അവസരം സൃഷ്ടിക്കൂ എന്നത് ഒരു സാന്ത്വനവും മാർഗ്ഗനിർദ്ദേശവുമാണ്. അറബികളുടെ സ്വഭാവത്തെക്കുറിച്ചുള്ള നിരീക്ഷണമാണ് മറ്റൊരു ലേഖനം. ഒന്നുമില്ലാതെ കേരളത്തിൽ നിന്നെത്തി രാജകീയ ജീവിതം നയിച്ച വ്യക്തികളെ പരിചയപ്പെടുത്തുന്നത് മറ്റുള്ളവർ ആ മാതൃക സ്വീകരിക്കട്ടെയെന്ന ഉദ്ദേശ്യത്തോടെയാണ്. അറബികൾ വിവാഹം കഴിച്ചുകൊണ്ടുപോയ മലയാളികളുടെ മക്കൾ അറബികളായി വളർന്നു വരുന്നതിന്റെ ചിത്രങ്ങളും അങ്ങിങ്ങുണ്ട്.

പ്രകൃതി കനിഞ്ഞനുഗ്രഹിച്ച കേരളത്തെ നമ്മൾ മരുഭൂമിയാക്കുകയാണ്. അറബികളാകട്ടെ ദീർഘവീക്ഷണവും കഠിന പരിശ്രമവും കൊണ്ട് മണലാരണ്യത്തെ ഒന്നാംതരം കൃഷിഭൂമിയാക്കിക്കൊണ്ടിരിക്കുന്നു. മണൽമാറ്റി കടലിൽനിന്നും മറ്റുമുള്ള മണ്ണു വിരിച്ച് അതിൽ കൃഷിചെയ്ത് പച്ചപ്പുണ്ടാക്കുന്നതിന് അവർ ശ്രദ്ധിക്കുന്നു. കുറേക്കഴിഞ്ഞാൽ പച്ചക്കറികളും ധാന്യങ്ങളും വിപുലമായി കയറ്റുമതി ചെയ്യുന്ന കാലത്തിലേക്ക് അവർ വളരും. പെട്രോളിയത്തിന്റെ കാലം കഴിഞ്ഞാലും തങ്ങൾ സുഖമായി ജീവിക്കുമെന്ന് അവർ പ്രതിജ്ഞ ചെയ്തിരിക്കുന്നു. പച്ചപ്പട്ടു പുതയ്ക്കുന്ന മണൽക്കാട് എന്ന ലേഖനം മലയാളികളുടെ കണ്ണുതുറപ്പിക്കേണ്ടതാണ്. നൂറു തികഞ്ഞിട്ടും തളരാതെ എന്ന ലേഖനം മനുഷ്യനും മണ്ണും തമ്മിലുള്ള ആത്മബന്ധത്തെ കാണിക്കുന്നു.

അറബ് സംസ്കൃതിയിൽ നൃത്തസംഗീതങ്ങൾക്കു സ്ഥാനമില്ലെന്ന മിഥ്യാധാരണയുള്ളവർ ധാരാളമാണ്. ചിലർ അത് പരത്താൻ ആധികാരികമായി പരിശ്രമിക്കുന്നതായും തോന്നുന്നു. എന്നാൽ കല മനുഷ്യനു കിട്ടിയ വരദാനമാണ്. അറബികൾ സംഗീതപ്രിയരാണ്. കേരളത്തിൽനിന്ന് മാപ്പിളപ്പാട്ടുകാരെക്കൊണ്ടുപോയി പാടിക്കുന്ന സംഭവങ്ങൾ ശ്രീ. ആറ്റക്കോയ എടുത്തു കാണിക്കുന്നു. നൃത്തവും അവർക്കുണ്ട്. മലിയ എന്ന അറബുനൃത്തത്തിന് കേരളീയങ്ങളായ മറത്തുകളി, കണ്യാർ

കളി, പടയണി തുടങ്ങിയ നാടോടിനൃത്താഭിനയ കലകളോടുള്ള സാദൃശ്യം കണ്ടെത്തുന്നത് ലേഖകന്റെ കലാബോധത്തിനും സൂക്ഷ്മദൃഷ്ടിക്കും തെളിവാണ്. ലിവ എന്ന നൃത്തം സ്ത്രീകളുടേതാണ്. സുന്ദരികളായ പെൺകുട്ടികൾ തലമുടിയഴിച്ചിട്ട് മുന്നിലേക്കും പിന്നിലേക്കും വശങ്ങളിലേക്കും അതിദ്രുതം ചലിപ്പിക്കുന്നതിന്റെ ഭംഗി എടുത്തുപറയുന്നതിനോടൊപ്പം കേരളീയമായ മുടിയാട്ടവുമായുള്ള സാദൃശ്യവും ചർച്ചചെയ്യുന്നു. ഇങ്ങനെ ഏതു വിഷയം കൈകാര്യം ചെയ്യുമ്പോഴും അതിൽ ഒരു കേരളീയാംശം കണ്ടെത്തുന്നത് ലേഖകന്റെ ദേശാഭിമാനത്തിനും ഭാഷാഭിക്തത്തിനു നിദർശനമാണ്. നാമിത് എസ്.കെ.പൊറ്റെക്കാട്ടിൽ മുമ്പു കണ്ടതാണ്.

ഗൾഫ് പ്രശ്നം കുടുംബങ്ങളിലുണ്ടാക്കുന്ന വൈകാരികതലങ്ങളെ ഇദ്ദേഹം കാണാതെപോകുന്നില്ല. ദുഃഖം പേറുന്ന സ്ത്രീകളെ അനുകമ്പാപൂർവ്വം കാണുന്നുണ്ട്. ഭർത്താവ് നാട്ടിൽ നിന്നാൽ മിക്കവർക്കും ദാരിദ്ര്യ ദുഃഖമാകും ഫലം; അയാൾ മറുനാട്ടിലായാൽ വൈകാരിക ദുഃഖവും. ഭാര്യ ഗൾഫിലും ഭർത്താവും കുട്ടികളും നാട്ടിലും എന്ന സ്ഥിതിയും കുറവല്ല. ഈ മന:ശാസ്ത്രപരവും സാമൂഹ്യശാസ്ത്രപരവുമായ പ്രശ്നത്തെ എങ്ങനെ ലഘൂകരിക്കാമെന്നോ പരിഹരിക്കാമെന്നോ സാമൂഹിക ശാസ്ത്രജ്ഞർ ചിന്തിക്കേണ്ടതാണ്. ഇതെല്ലാം ഗൾഫ് മലായളികളുടേതുമാത്രമായ തലവിധിയെന്ന് തള്ളിക്കളയാനാവില്ല. ഏതു നാട്ടിലുമുള്ള ഏതുതരം പ്രവാസജീവിതവും ഈ പ്രശ്നമുണ്ടാക്കും. അറബിക്കല്യാണത്തിന്റെ സ്വഭാവവും കാണാതെ പോകുന്നില്ല.

അറബി ഭരണാധികാരികൾക്കും ജനതക്കും ഭാരതീയരോട് ഇഷ്ടവും മതിപ്പുമുണ്ട്. ഇന്ത്യയേക്കുറിച്ചു ഇവിടുത്തെ നേതാക്കളേക്കുറിച്ചും അറബുപത്രങ്ങളിൽ അവിടത്തുകാർ എഴുതിയ കാര്യങ്ങൾ ആറ്റക്കോയ നമുക്കു പറഞ്ഞുതരുന്നുണ്ട്. അവിടത്തെ ഭരണാധികാരികൾ ചെയ്ത പ്രസംഗങ്ങളുടെ സാരവും ഉദ്ധരിക്കുന്നു. ഇങ്ങനെ രണ്ടു ജനതയെ പരസ്പര ബഹുമാനത്തോടെ ബന്ധിപ്പിക്കാനുള്ള ശ്രമം ഇദ്ദേഹം നടത്തുന്നുണ്ട്. ഇതിൽ അത്ഭുതമില്ല. ഇൻഡോ-അറബ് ഫ്രന്റ്ഷിപ്പ് സൊസൈറ്റി രൂപീകരിക്കുകയും ദീർഘകാലം അതിന്റെ സാരഥ്യം വഹിക്കുകയും ചെയ്ത ഇപ്പോഴും ഭാരവാഹിയായിരിക്കുന്ന ശ്രീ. ആറ്റക്കോയക്ക് ഇതൊരു ജീവിത വ്രതമാണ്. അറബ് ഭരണാധികാരികളുമായി സവിശേഷ ബന്ധം പുലർത്താനും അവരുടെ അഭിനന്ദനം നേടാനും ഇദ്ദേഹത്തിന് കഴിയുന്നുണ്ട്. മലയാളവും ഇംഗ്ലീഷുംപോലെ ഉറുദുവും അറബിയും കൈകാര്യം ചെയ്യാൻ ഇദ്ദേഹത്തിന് പാടവമുണ്ട്.

കേരളചരിത്രത്തെ മറുനാട്ടിലുള്ളവർക്കു പരിചയപ്പെടുത്തുകയെന്ന ദൗത്യവും ശ്രീ. ആറ്റക്കോയ ഏറ്റെടുക്കുന്നു. പോർച്ചുഗീസുകാരുമായി ഏറ്റുമുട്ടി രക്തസാക്ഷിയായ കോട്ടയ്ക്കൽ കുഞ്ഞാലിമരക്കാരെക്കുറിച്ചുള്ള ഒരു ലേഖനം ഇതിലുണ്ട്. ജീവിച്ചരിക്കുമ്പോൾത്തന്നെ ലജൻഡായി മാറിയ വൈക്കം മുഹമ്മദ് ബഷീറിനേക്കുറിച്ചാണ് മറ്റൊരു ലേഖനം. ഇങ്ങനെ അക്ഷരാർത്ഥത്തിൽ കേരള അറബ് സൗഹൃദം ഊട്ടിയുറപ്പിക്കുന്നതാണ് എന്ന ഈ ഗ്രന്ഥം. തന്റെ കണ്ണിലൂടെ അറബ് സംസ്കൃതിയെ വ്യാഖ്യാനിക്കാനുള്ള ലേഖകന്റെ പാടവം അഭിനന്ദനീയമാണ്. വിവിധ വിഭാഗങ്ങളിലായി വകതിരിക്കാവുന്ന ഈ ലേഖന സമാഹാരത്തെ ഒരു ഓർമ്മപ്പൂക്കളമായി കാണാം. ഇതിന്റെ വർണ്ണഭംഗിയും സുഗന്ധവും നമ്മെ രസിപ്പിക്കുകയും ചിന്തിപ്പിക്കുകയും ചെയ്യുന്നു. ഒപ്പം മാറുന്ന ലോകത്തിനനുസരിച്ച് കേരളീയ സമ്പദ്ഘടനയെ എങ്ങനെ പരിവർത്തനം ചെയ്യിക്കണമെന്ന മാർഗ്ഗ നിർദ്ദേശം നല്കുന്നുമുണ്ട്. ആറ്റക്കോയ പള്ളിക്കണ്ടി എന്ന വ്യക്തിയുടെ വിശുദ്ധി ഇദ്ദേഹത്തിന്റെ അക്ഷരലോകത്തിനുണ്ടെന്നതിൽ സംശയമില്ല.

നാം കേരളചരിത്രം കൊണ്ടാണാരംഭിച്ചത്. അവിടേയ്ക്കു തിരിച്ചെത്താം. നാടുകളും ജനതകളും തമ്മിലുള്ള സഖ്യം പരസ്പരം ബഹുമാനമുള്ള തുല്യതയുടെ തലത്തിലാവണം. അതിന് പ്രധാന ഘടകം സാമ്പത്തിക ഭദ്രത തന്നെയാണ്. കേരളത്തിന് പഴഞ്ചൻ മോഡലുകൊണ്ട് ഇനി പിടിച്ചുനിൽക്കാനാവില്ല. ആദ്യം മനസ്സു മാറണം. നിഷേധാത്മകതകളെ തൂത്തെറിയണം. സർഗ്ഗാത്മകതയെ വിതയ്ക്കണം. കഠിനമായി സ്വന്തം നാട്ടിൽ അദ്ധ്വാനിക്കാനുള്ള അഭിക്തബോധവും വേണം. വരവറിഞ്ഞു ചെലവുചെയ്യാൻ കൂടി കഴിഞ്ഞാൽ നന്നായി. മരുഭൂമിയിലെ ജനതയ്ക്ക് ലോകത്തിന്റെ ബഹുമാനാദരങ്ങൾ നേടാമെങ്കിൽ സമശീതോഷ്ണമേഖലയിലെ ദൈവത്തിന്റെ സ്വന്തം നാടിന് എന്തുകൊണ്ട് വളർന്നുകടാ. സൗമ്യനും സാത്വികനുമായ ശ്രീ. ആറ്റക്കോയ പള്ളിക്കണ്ടി ഇക്കാര്യം വാച്യമായി പറയുന്നേയില്ല. എന്നാൽ ഈ ധ്വനിയില്ലാത്ത ഒരു ലേഖനവുമില്ല. വിവേകത്തിന്റെ ഈ ശബ്ദം നമ്മെ അസ്വസ്ഥരാക്കട്ടെ. ആ അസ്വസ്ഥത നന്മയുടെ പിറവിക്കുവേണ്ടിയാകട്ടെ, പരമകാരുണികനായ ദൈവത്തിനു സ്തുതിയായിരിക്കട്ടെ.

തീക്ഷ്ണാനുഭവങ്ങളുടെ തീച്ചൂള

കാനേഷ് പൂനൂർ

അന്ധയും ബധിരയും ഊമയുമായിരുന്ന ഹെലൻ കെല്ലർ, താൻ ജീവിതത്തിൽ അഭിമുഖീകരിക്കേണ്ടി വന്ന പ്രതിസന്ധികളെ നിശ്ചയദാർഢ്യംകൊണ്ട് എങ്ങനെ അതിജീവിക്കാൻ കഴിയുമെന്ന് തെളിയിച്ച മഹദ് വ്യക്തിത്വമാണ്. അവർ പറഞ്ഞിട്ടുണ്ട്: "നമ്മുടെ മുമ്പിൽ അടഞ്ഞുപോയ വാതിലിലേയ്ക്ക് മാത്രം നോക്കിയിരിക്കുന്നതുകൊണ്ടാണ് ചുറ്റും തുറന്നിരിക്കുന്ന അനേകം വാതായനങ്ങൾ നാം കാണാതെ പോകുന്നത് എന്ന്. ശ്രീ. ആറ്റക്കോയ പള്ളിക്കണ്ടി എന്ന പരിണത പ്രജ്ഞനായ എഴുത്തുകാരൻ, ജീവിതം സമ്മാനിച്ച ദുർഘടാവസ്ഥകൾ അനുഭവസ്ഥരെ എങ്ങനെ പുതിയ പരിണാമങ്ങളിലേക്കെത്തിക്കുന്നുവെന്നും എങ്ങനെ നവ്യമായ കാഴ്ചപ്പാടുകൾ നൽകി അവർക്കായി ഊർജ്ജ സ്രോതസ്സുകൾ കണ്ടെത്തുന്നുവെന്നും ചൂണ്ടിക്കാണിക്കുകയാണ് തന്റെ തൂലികയിലൂടെ പ്രസരിപ്പിക്കുന്ന അക്ഷരവെളിച്ചത്തിൽ.

ഇരുപത്തിമൂന്ന് അദ്ധ്യായങ്ങളിൽ പരന്നുകിടക്കുന്ന ഈ ഗ്രന്ഥത്തിലെ നിരീക്ഷണങ്ങൾ പ്രചോദനാത്മകവും നമുക്ക് നവ്യമായ ലോകങ്ങൾ കാണിച്ചുതരുന്നവയുമാണ്.

കാർഷിക രാജ്യങ്ങളെപ്പോലും വിസ്മയിപ്പിക്കുന്ന വിധത്തിൽ മരുപ്രദേശങ്ങളിലുണ്ടായ ഹരിതവിപ്ലവത്തെ ചേതോഹരമായി വരച്ചിടുന്നുണ്ട് ഗ്രന്ഥകാരൻ. പെട്രോൾ നൽകിയ സൗഭാഗ്യങ്ങളെല്ലാം അതിന്റെ വിലയിടിവുമൂലം വൻ നഷ്ടമായിക്കൊണ്ടിരിക്കെ, ഫലഭൂയിഷ്ഠമായ മണ്ണും വളവും വിത്തും കൊണ്ട് വന്ന് നിശ്ചയദാർഢ്യംകൊണ്ട് മണൽക്കാടിന്റെ മുഖച്ഛായ മാറ്റുന്നതെങ്ങനെയെന്ന് കാണിച്ചുതരുന്നു ആദ്യ അദ്ധ്യായംതന്നെ. സുൽത്താനൈറ്റ് ഓഫ് ഒമാനിലെ സലാല, യുണൈറ്റഡ് അറബ് എമിറേറ്റ്സിലെ ഖുർഫുക്കാൻ, അലൈൻ, കുവൈറ്റ്, ഖത്തർ എന്നിവിടങ്ങളിലെയെല്ലാം കാർഷികാഭിവൃദ്ധിയുടെ നേർചിത്രം നമുക്കു വരികളിലൂടെ വായിക്കാം.

എണ്ണയിലൂടെയുണ്ടായ നഷ്ടം മണ്ണിൽ കൃഷി വിളയിച്ച് എങ്ങനെ ലാഭമാക്കി മാറ്റുന്നു എന്നതിന്റെ പ്രചോദനാത്മകമായ ചിത്രങ്ങളാണ്

ഒമ്പതാം അദ്ധ്യായത്തിൽ ആറ്റക്കോയ വരച്ചിടുന്നത്. സഊദിയിലെ ബുറൈദ, അബ്ഹ, വാദിവാസൽ അൽഖൈറജ്, ബഹ്റൈനിലെ ബുദവ്വ, ജിദാരി എന്നിവിടങ്ങളിലെല്ലാം പുതിയ സംരംഭങ്ങളുണ്ടാക്കുന്ന മാറ്റം വിസ്മയകരം തന്നെ. കേരളമുൾപ്പെടെയുള്ള വിദേശങ്ങളിലെ മണ്ണും വളവുമുപയോഗിച്ച് 2017 ൽ ഇരുനൂറ്റി നാൽപത് കോടി രൂപയുടെ പഴങ്ങളും പച്ചക്കറികളും കയറ്റി അയക്കാൻ സാധിച്ചു എന്നത് ചെറിയ കാര്യമല്ല. ആയുർവേദ ഗ്രാമങ്ങളും ഔഷധത്തോട്ടങ്ങളും വരെ പലയിടത്തുമുണ്ട്. ഗൾഫ് നിവാസികളുടെ ആരോഗ്യത്തിൽ പുതിയ ജീവിതരീതിയുണ്ടാക്കിയ പങ്കും അത്ഭുതം ജനിപ്പിക്കുന്നതാണ്. സഊദിയിലെ കൃഷിത്തോട്ടങ്ങളിൽ ചുറ്റിനടന്നതിന്റെ ഹൃദ്യമായ അനുഭവങ്ങളും അനുവാചകനെ ആശ്ചര്യപ്പെടുത്തുന്നതാണ്.

രണ്ടും മൂന്നും അദ്ധ്യായങ്ങളിൽ അറബ്നാടിന്റെ മലയാളീബന്ധം അവിടത്തെ സംസ്കാരത്തെ എങ്ങനെ പരിപോഷിപ്പിച്ചു എന്ന് നമുക്ക് മനസ്സിലാക്കിത്തരുന്നു. സാലം ഉബൈദ് എന്ന വ്യവസായിയുടെ ആതിഥ്യം സ്വീകരിച്ച് ആ വീട്ടിൽ കഴിഞ്ഞതിന്റെ അവിസ്മരണീയ ചിത്രം നമ്മുടെ മനസ്സിനെ ത്രസിപ്പിക്കുന്നു. വിവാഹത്തിലൂടെ ഉണ്ടായ അദ്ദേഹത്തിന്റെ മലബാർ ബന്ധവും മൂസ എരഞ്ഞോളി എന്ന നിസ്തുലഗായകനോടൊപ്പമുള്ള നിമിഷങ്ങളും വിവാഹാഘോഷത്തിൽ അവതരിപ്പിച്ച സംഗീതനൃത്ത സാമ്യങ്ങളുമൊക്കെ എടുത്തുപറയേണ്ടതാണ്. കോഴിക്കോട് തെക്കേപ്പുറത്തെ സൽക്കാരപ്രിയതക്ക് അറബ് ബന്ധം ഒരുപാട് പ്രചോദനമായിട്ടുണ്ടാവാം എന്ന് നിരീക്ഷിക്കുന്നതിൽ തെറ്റില്ല. ആതിഥേയന്റെ അതിഥികളുമായുള്ള അലിഞ്ഞുചേരൽ ഹൃദ്യമായ അനുഭവമാണെന്ന കാര്യത്തിലും സംശയമില്ല.

അറുപതു ശതമാനം വരെ വിദേശത്തൊഴിലാളികളുടെ ഭയം അതിജീവിക്കാനുള്ള പ്രായോഗിക നിർദ്ദശങ്ങൾ, 'ആശങ്കവേണ്ട' എന്ന അദ്ധ്യായം നമുക്ക് ബോദ്ധ്യപ്പെടുത്തിത്തരുന്നു. ഈ പ്രതിസന്ധി, പുതിയൊരു സംസ്കാരം രൂപപ്പെടാൻ എങ്ങനെ സഹായിക്കുമെന്ന് പറഞ്ഞുതരികയാണിവിടെ.

പ്രവാസത്തിന്റെ അസ്തമയം, ചുമരെഴുത്തു വായിക്കുക, ഇച്ഛാശക്തികൊണ്ട് ഇതിഹാസം രചിക്കാം എന്നീ അദ്ധ്യായങ്ങൾ, ഗൾഫ്നാടുകളിലുണ്ടായ പ്രതിസന്ധി നമ്മുടെ നാടിനെ എങ്ങനെ ബാധിക്കുന്നു എന്ന് അപഗ്രഥനാത്മകമായി വിലിരുത്തുകയാണ് യൂനിവേഴ്സൽ മീഡിയ റിസർച്ച് സെന്റർ. ആശങ്കയല്ല, ആത്മവിശ്വാസമാണ് ഇവിടെ ആവശ്യമെന്ന് കാര്യകാരണസഹിതം സമർത്ഥിക്കുകയാണിവിടെ. പ്രവാ

സികളുടെ കാര്യത്തിൽ ഭരണാധികാരികൾ കാണിക്കുന്ന അശാസ്ത്രീയമായ സമീപനത്തെ യുക്തിപൂർവ്വം വിലയിരുത്തുന്നു ഗ്രന്ഥകാരൻ. ഈ തീച്ചൂളയിൽ നിന്ന് ആത്മവിശ്വാസത്തോടെയുള്ള ഉയിർത്തെഴുന്നേൽപ്പിന് ഇതു വഴി വയ്ക്കും എന്ന കാര്യത്തിൽ സംശയമില്ല എന്നാണിവിടെ സൂചന.

വിരഹത്തിന്റെ നൊമ്പരം എന്ന അദ്ധ്യായം ഗൾഫുജീവിതം നാട്ടിൽ കഴിയുന്ന കുടുംബാംഗങ്ങളിലുണ്ടാക്കാൻ സാദ്ധ്യതയുള്ള പ്രശ്നങ്ങളെ നിരീക്ഷണത്തിന് വിധേയമാക്കുകയാണ്. സമീപനത്തിലെ മാറ്റങ്ങൾകൊണ്ട് പലതും പരിഹരിക്കാൻ കഴിയുമെങ്കിലും അതവർക്ക് മനസ്സിലാക്കി കൊടുക്കാനുള്ള പ്രയാസങ്ങൾ യുക്തിസഹമായി ചൂണ്ടിക്കാട്ടുന്നുമുണ്ട്. സഊദി അറേബ്യയിൽ നടപ്പാക്കിയ നിതാഖാത് നമ്മുടെ സംസ്ഥാനത്ത് ഭീഷണമായ സാഹചര്യം സൃഷ്ടിക്കുമെന്ന ഉൽക്കണ്ഠയിൽ നിന്നുടലെടുത്തതാണ് പ്രവാസികൾക്ക് ഒരു ചൂണ്ടുപലക എന്ന അദ്ധ്യായം.

സദ്ദാം ഹുസയിന്റെ സാമ്രാജ്യത്വമോഹവും അമേരിക്കയുടെ ഗൂഢലക്ഷ്യങ്ങളും കൂടിച്ചേർന്നപ്പോൾ 1990 ആഗസ്റ്റ് രണ്ടിനാരംഭിച്ച കുവൈറ്റ് ആക്രമണം സങ്കടങ്ങളുടെ ദിനങ്ങളായിരുന്നു ഏതൊരു മനുഷ്യസ്നേഹിക്കും സമ്മാനിച്ചത്. 722 എണ്ണക്കിണറുകൾ അഗ്നിക്കിരയാക്കിയതുപോലെയുള്ള ഒരുപാട് നിഷ്ഠൂരതകൾ അതിനോടനുബന്ധിച്ച് നടമാടി. യുദ്ധങ്ങൾ നടക്കുന്നത് രാജ്യങ്ങൾ തമ്മിലോ സൈനികർ തമ്മിലോ അല്ല, ആശങ്കയിൽ കഴിയുന്ന നിസ്സഹായർക്കും നിരപരാധികൾക്കുമിടയിൽ ജീവിക്കുന്ന മനുഷ്യരുടെ മനസ്സിലാണ് എന്ന ആറ്റക്കോയയുടെ വിലയിരുത്തൽ എത്ര പ്രസക്തം!

ശ്രീ. ആറ്റക്കോയ പള്ളിക്കണ്ടിയുടെ ഗവേഷണ മനസ്സാണ് അക്ഷരങ്ങളെ സ്നേഹിക്കുന്ന അറബികളുമായി സൗഹൃദം സ്ഥാപിക്കാനും അവരുടെ അറിവിന്റെ ഖനിജങ്ങളിലെ മുത്തും പവിഴവും ശേഖരിക്കാനും വഴിവെച്ചത്. മദ്റസത്തുൽ മറിയം എന്ന വിദ്യാലയത്തിലെ ഇംഗ്ലീഷ് അദ്ധ്യാപകൻ വഴി കിട്ടിയ ഗ്രന്ഥത്തിൽ നിന്നു ലോകത്ത് വയോവൃദ്ധർ വർദ്ധിച്ചുവരുന്നതിന്റെ ഉദ്വേഗജനകമായ ചിത്രം നമുക്കായി വരച്ചു കാണിക്കുന്നു അദ്ദേഹം. അറുപത്തഞ്ച് വയസിനു മുകളിലുള്ളവർ ഒരു നൂറ്റാണ്ട് മുമ്പ് ലോകജനസംഖ്യയുടെ ഒരു ശതമാനം മാത്രമായിരുന്നുവത്രെ. ഇപ്പോൾ ഇരുപതു ശതമാനമായി വർദ്ധിച്ചത് 2050 ആകുമ്പോഴേക്ക് നാൽപ്പത്തഞ്ച് ശതമാനമാകുമെന്ന് കണക്കുകൾ കാണിച്ചദ്ദേഹം സ്ഥാപിക്കുന്നു. സ്നേഹം എന്ന ഔഷധംകൊണ്ട് ആയുസ്സ് എത്രയും

വർദ്ധിപ്പിക്കാമെന്നാണ് ഈ നിരീക്ഷണം നമുക്കു പറഞ്ഞുതരുന്നത്.

പുരാവസ്തുക്കളോടുള്ള അനുരാഗം കാരണം അബ്ദുൽ റാഷിദ് എന്ന കോഴിക്കോട്ടുകാരൻ പ്രശസ്തനായ ചരിത്രമാണ്, 'അനാഥബാലൻ രാജാവായ കഥ' പറയുന്നത്. ഓരോ കാലഘട്ടത്തിന്റെ ചരിത്രം വിവരിച്ചുതരുന്ന ശിൽപഭംഗിയുടെ പ്രതീകങ്ങളായ ബോട്ട്ലുകളുടെ വിസ്മയിപ്പിക്കുന്ന ശേഖരം അദ്ദേഹം സൂക്ഷിച്ചുവെച്ചു. അന്യമായിക്കൊണ്ടിരിക്കുന്ന ശിൽപഭംഗി വരുംതലമുറക്കു വേണ്ടി, പണമോ പ്രശസ്തിയോ കാംക്ഷിക്കാതെ സൂക്ഷിച്ചുവയ്ക്കുകയായിരുന്നു ഈ അനാഥബാലൻ.

നാലു വ്യതിരിക്തരായ വ്യക്തിത്വങ്ങളുടെ രേഖാചിത്രങ്ങൾ ഹൃദയസ്പൃക്കായ രീതിയിൽ അടയാളപ്പെടുത്തുകയാണ് ആറ്റക്കോയ നാല് ലേഖനങ്ങളിൽ. സർവ്വശ്രീ. എ.പി.ജെ. അബ്ദുൽകലാം, സിറാജുദ്ദീൻ ബഹദൂർഷാ സഫർ, കുഞ്ഞാലിമരയ്ക്കാർ, വൈക്കം മുഹമ്മദ് ബഷീർ എന്നിവരാണവർ. ഗ്രന്ഥകർത്താവിന്റെ ക്രാന്തദർശിത്വം അവരുടെ ജീവിതത്തിലെ അനർഘനിമിഷങ്ങളെ അതിമനോഹരമായി അനുവാചകരിലെത്തിക്കുന്നു. മുഗൾ ചക്രവർത്തിമാരായ അക്ബറിനേയും ഷാജഹാനേയും മറ്റും ആഘോഷിക്കുന്നവർ അനുസ്മരിക്കുന്ന പേരല്ല, അവസാനത്തെ മുഗൾ ഭരണാധികാരിയായ ബഹദൂർഷാ സഫറിന്റേത്. ശിപായി ലഹളക്ക് നേതൃത്വം നൽകിയതിന്റെ പേരിൽ റങ്കൂണിൽ കാരാഗൃഹത്തിലടക്കപ്പെട്ട കവി കൂടിയായ അദ്ദേഹം മാപ്പെഴുതിക്കൊടുത്താൽ മോചിപ്പിക്കാമെന്നു പറഞ്ഞിട്ടും അതിന് തയ്യാറായില്ല. രാമേശ്വരത്തുദിച്ച എ.പി.ജെ. അബ്ദുൽകലാം സമാധാനമാഗ്രഹിക്കുന്ന എല്ലാ മനസ്സുകളിലും വെളിച്ചം നിറച്ച സൂര്യനായിരുന്നു എന്നിവിടെ സമർത്ഥിക്കപ്പെടുന്നു. പോർത്തുഗീസ് ആധിപത്യത്തെ വേരോടെ പിഴുതെറിയുന്നതിൽ മുഖ്യ പങ്കുവഹിച്ച കുഞ്ഞാലിമരക്കാരെ തൂക്കിലേറ്റുന്നതിന് മുമ്പ് അവസാനത്തെ ആഗ്രഹം എന്തെന്നു ചോദിച്ചപ്പോൾ, നിങ്ങൾ വിദേശികൾ ഈ നാടുവിട്ട് പോകണമെന്നാണ് അന്ത്യാഭിലാഷം എന്നാണത്രെ പറഞ്ഞത്. ആ ആർജ്ജവം ആരേയും അത്ഭുതപ്പെടുത്തുന്ന വിധം ഇവിടെ ആവിഷ്കരിക്കപ്പെടുന്നുണ്ട്. വൈക്കം മുഹമ്മദ് ബഷീർ എന്ന പച്ചമനുഷ്യനുമായുള്ള സൗഹൃദം ഒരു കഥപോലെ വായിച്ചു പോകാവുന്ന രീതിയിലാണ് ചിത്രപ്പെടുത്തിയിട്ടുള്ളത്. പൂവ് ചെടിയിലിരിക്കുന്നത് കാണാനാണെനിക്കിഷ്ടം എന്ന ബഷീറിന്റെ ഒറ്റ വാക്കുമതി, ആ മനസ്സു വായിച്ചെടുക്കാൻ.

ലളിത മനോഹരമായ, അനായാസമായ ശൈലിയാണ് ഇതിലെ

നിരീക്ഷണങ്ങളെ കൂടുതൽ പാരായണ യോഗ്യമാക്കുന്നത്. സാധാരണയായി കാണാൻ സാധിക്കാത്ത സംഭവങ്ങളുടെ ഒരു പ്രദർശനശാലയായി ഈ പുസ്തകത്തെ വിശേഷിപ്പിക്കാം. അഭിമാനപുരസ്സരം ഈ അക്ഷരോപഹാരം ഞാൻ അനുവാചകരുടെ മുമ്പിൽ സമർപ്പിക്കുന്നു.

ഓളപ്പരപ്പിൽ ഒരാഴ്ച

ഉമ്മ ഒരു നേരമെങ്കിലും വയറ് നിറയെ ഭക്ഷണം കഴിച്ചുകാണണമെന്ന ആഗ്രഹം കൊണ്ടാണു നാടുവിടാൻ തീരുമാനിച്ചത്. കലന്തൻഹാജിയുടെ വീട്ടിൽ രാപ്പകൽ ജോലിചെയ്ത് പഴുത്ത് പൊട്ടിയ കൈകളിൽ മരുന്നു പുരട്ടിക്കൊടുക്കുമ്പോൾ വേദനയിൽ പുളയുന്ന ഉമ്മയുടെ ദൈന്യമുഖം മനസ്സിൽ ഇന്നും ഒരു നൊമ്പരമായി വിങ്ങുന്നു. ഹാജിയാരുടെ വീട്ടിലെ ജോലി കഴിഞ്ഞ് വരുമ്പോൾ കൊണ്ടുവരുന്ന ഭക്ഷണം കഴിച്ച് ഞാനും പെങ്ങളും വിശപ്പടക്കും. കുടുംബത്തിന്റെ പട്ടിണി കണ്ട് തെരുവത്ത് ഖാദർ ഹാജി നൽകിയ വിസയുമായിട്ടാണ് ദുബായിലേക്കു പുറപ്പെടുന്നത്.

ഒരു വെള്ളിയാഴ്ച വൈകുന്നേരം ആറു മണിയോടുകൂടി തുടർച്ചയായ സൈറൺ മുഴക്കി കപ്പൽ മുസഫറി കരയോട് യാത്ര പറഞ്ഞു. പരന്നുകിടക്കുന്ന സമുദ്രം. കപ്പൽ കുറെ മുന്നോട്ടുപോയപ്പോൾ കടൽ പ്രക്ഷുബ്ധമായി. കടലിന്റെ രൂക്ഷ ഗന്ധം കാരണം യാത്രക്കാർ ക്ഷീണിച്ചവശരായി. ഓളങ്ങളിളകിആടുന്ന അലയാഴിയുടെ ഒഴുക്കിൽ ഒരു പാറപോലെ ആയിരത്തി ഇരുന്നൂറ് യാത്രക്കാരെയും വഹിച്ചു കപ്പൽ ഒഴുകി.

എമിറൈറ്റ്സ് പബ്ലിക്കേഷൻ പ്രസിദ്ധീകരിച്ച 'ഗൾഫ് ടുഡേ' എന്ന സോവനീർ വായിക്കാൻ ലഭിച്ചത് ആശ്വാസമായി. പ്രമുഖ അറബ് സാഹിത്യകാരൻ അബ്ദുല്ലാ സബാഹിന്റെ "അൽ അഹ്ജാൻ ഫിൽബഹർ" എന്ന അറബ് ലേഖനത്തിന്റെ പരിഭാഷയാണ് സോവനീറിന്റെ മുഖലേഖനം- "കടലിലലിയാത്ത വേദനകൾ"-

പേർഷ്യൻ ഗൾഫിന്റെ സ്വപ്നങ്ങളിലേക്കുള്ള പലായനത്തിൽ പൊലിഞ്ഞുപോയ ജീവിതങ്ങളുടെ വേദനയുടെ കഥകൾ! കാറ്റിനോടും കോളിനോടും മല്ലിട്ട് ഇരുട്ടും ശൈത്യവും വകവെക്കാതെ

മലയാളികൾ നടത്തിയ സാഹസികയാത്രകൾ.. കേരളചരിത്രം പോലും അടയാളപ്പെടുത്താതെ പോയ കദന ചരിതങ്ങൾ...

ലേഖനത്തിലെ പേജുകൾ മറിച്ചു. കരൾ പൊട്ടുന്ന ദാരുണ ചരിത്രങ്ങൾ

1962 ലാണ് ആ ദാരുണ ദുരന്തം സംഭവിച്ചത്. അവർ ആറു പേരുണ്ടായിരുന്നു. ചാവക്കാട് അഞ്ചങ്ങാടി സ്വദേശി ഇഖ്ബാൽ, കെട്ടുങ്ങൽ ബീരാൻകുട്ടി, നീലേശ്വരം സ്വദേശി മുരളീധരൻ, വേങ്ങര കുഞ്ഞലവി തുടങ്ങി ആറുപേർ.

ദുരിതക്കയത്തിലാണ്ട ജീവിതത്തിന്നു ഒരു കച്ചിതുരുമ്പിന്നായി സ്വപ്നഭൂമി തേടി ഇറങ്ങിയ ഇവർ ചെന്നുവീണത് തീക്കടലിൽ. വിസക്ക് ഓരോ ലക്ഷം രൂപ വീതം വാങ്ങി മസ്ക്കത്ത് എയർപോർട്ടിൽ ജോലി വാഗ്ദാനം ചെയ്ത് കൊണ്ടുവന്ന ഇവർക്ക് ലഭിച്ചത് ഒട്ടകപ്പന്തിയിലെ ശുചീകരണ ജോലി. പാക്കിസ്താനി സൂപ്രവൈസറുടെ മർദ്ദനവും. ഇതിൽനിന്നു മോചനം ലഭിക്കാൻ സ്പോൺസറുടെ കണ്ണു വെട്ടിച്ച് ദുബായിലേക്ക് ഒളിച്ചുകടക്കുകയാണവർ. മസ്ക്കത്തിൽനിന്നു ഫ്രോസൻ കോഴികളുമായി പോകുന്ന കോൾഡ്സ്റ്റോറേജ് വാനിൽ അള്ളിപ്പിടിച്ചാണ് യാത്ര. ചെക്ക്പോസ്റ്റിലേക്കടുത്തപ്പോൾ അകത്തുള്ളവരെ കാണാതിരിക്കാൻ ഡ്രൈവർ വാതിൽ അടച്ചുപൂട്ടി. പരിശോധന കഴിഞ്ഞ് വാഹനം കുറെ മുന്നോട്ടുപോയപ്പോഴാണ് വാതിൽ പൂട്ടിയ കാര്യം ഡ്രൈവർ ഓർക്കുന്നത്. സംഭ്രമത്തോടെ ചാടി ഇറങ്ങി കോൾഡ് സ്റ്റോറേജ് വാനിന്റെ വാതിൽ തുറന്നു. അടഞ്ഞ വാതിലിന്നുള്ളിൽ ജീവവായുവിന്നായി കുതറിപ്പിടഞ്ഞ് നിലവിളി തൊണ്ടയിൽ കുടുങ്ങി പരസ്പരം കടിച്ചുകീറി മരിച്ചുകിടക്കുന്ന ശരീരങ്ങൾ! ദാരുണ രംഗം കണ്ട് ഡ്രൈവർ അബ്ദുല്ലക്കുട്ടി മോഹാലസ്യപ്പെട്ടു വീണു.

ഗൾഫ് തേടി ഇറങ്ങിയവർ..!

ഗൾഫ് നാടുകളിൽ എത്തിപ്പെടാൻ ഇന്ത്യൻ അതിർത്തി കടന്നു പാക്കിസ്താൻ തീരത്തുകൂടെ ഒളിച്ചുകടക്കുകയാണവർ. കണ്ണെത്താ ദൂരത്തോളം വരണ്ടു പരന്നുകിടക്കുന്ന മരുപ്രദേശം. കോട്ടക്കൽ പറപ്പൂർ സ്വദേശി അഹമ്മദ് കുട്ടി, ഏങ്ങണ്ടിയൂർ വാസുദേവൻ, മലപ്പുറം ചെമ്പകശ്ശേരി കുട്യാലി തുടങ്ങിയ ഇരുപത് പേർ.

പാക്കിസ്താനിലേക്ക് ബംഗ്ലാദേശിൽനിന്നു ചാരന്മാർ നുഴഞ്ഞു

കയറിക്കൊണ്ടിരിക്കുന്ന കാലമായിരുന്നു അത്. അതിർത്തിയിൽ കനത്ത സുരക്ഷ. ഗൾഫ് തേടി പുറപ്പെട്ട ഇവർ പാക്കിസ്താൻ അതിർത്തി രക്ഷാസേനയുടെ പിടിയിലായി. കൈകാലുകൾക്ക് വിലങ്ങുവെച്ച് രാജ്യദ്രോഹ കുറ്റത്തിന്നു ശിക്ഷിച്ചവരെ പാർപ്പിക്കുന്ന ബലൂചിസ്ഥാനിലെ ഡാക്കൂർ ജയിലിലടച്ചു. അതീവ രഹസ്യ അറയിൽ ചോദ്യം ചെയ്തുതുടങ്ങി. അറിയാത്ത ഭാഷകൾക്കു മുമ്പിൽ ഇവർ പകച്ചുനിന്നു. കസ്റ്റഡിയിലുള്ളവരുടെ ശരീര പ്രകൃതിയും അരിഭക്ഷണം കഴിക്കുന്നവരാണെന്നും മനസ്സിലാക്കി പട്ടാള മേധാവികൾ തീരുമാനിച്ചു. ഇവർ ബംഗ്ലാദേശിൽ നിന്നും നുഴഞ്ഞു കയറിയ ചാരന്മാർ. ജയിലിലെ "ഡാർക്ക് സെല്ലി"ലേക്ക് മാറ്റി. പാക്കിസ്താൻ പത്രങ്ങളിൽ "ചാര"ന്മാരുടെ വാർത്തയും ചിത്രങ്ങളും അച്ചടിച്ചുവന്നു. ജയിലിലെ മർദ്ദനം സഹിക്കാനാവാതെ പലരും അവശരായി. കൊണ്ടോട്ടിക്കാരൻ അബുബക്കർ കുഴഞ്ഞുവീണു മരിച്ചു. മൊയ്തീൻകുട്ടി രക്തം ഛർദ്ദിച്ചു മൂർഛിച്ചു വീണു. നഷ്ടസ്വപ്നങ്ങളുടെ ഓർമ്മയിൽ മുഴുകി ഇവർ ഇരുട്ടറയിൽ മർദ്ദനങ്ങളേറ്റുകിടന്നു.

മാസങ്ങൾക്കുശേഷം ജയിൽ സന്ദർശിക്കാനെത്തിയ പാക്കിസ്താൻ പ്രതിരോധവകുപ്പ് മന്ത്രാലയത്തിലെ മേധാവികൾ ചോദ്യം ചെയ്തപ്പോഴാണ് ഇവർ ബംഗ്ലാദേശ്കാരല്ലെന്നും ഇന്ത്യക്കാരാണെന്നും മനസ്സിലാവുന്നത്. പട്ടാള മേധാവികളുടെ മുമ്പിൽ ഹാജരാക്കി വീണ്ടും ചോദ്യം തുടങ്ങി. ഇവർ നിരപരാധികളാണെന്നു മനസ്സിലാക്കി പട്ടാള മേധാവികൾ ഇന്ത്യയിലേക്ക് തിരിച്ചയക്കാൻ ഉത്തരവിട്ടു. പാക്കിസ്താൻ പട്ടാളം ഇവരെ ഇന്ത്യൻ അതിർത്തിയിൽ കൊണ്ടുചെന്നുവിട്ടു.

വിജനമായ കാട്ടുപ്രദേശം. തീയാളുന്ന മനസ്സുമായി അവർ നടന്നു. ഭക്ഷണവും വെള്ളവുമില്ല. പലരുടെയും കാലടികൾ പൊട്ടിപ്പഴുത്തു. ശക്തമായ കാറ്റും തണുപ്പും ശരീരങ്ങളെ ഞെരുക്കി. ഇളകിമറിയുന്ന കരകാണാക്കടലിൽ കുടുങ്ങിയ നിസ്സഹായാവസ്ഥ.

അതിർത്തിയിൽ റോന്ത് ചുറ്റിക്കൊണ്ടിരിക്കുന്ന ഇന്ത്യൻ സേനയുടെ കണ്ണിൽപ്പെട്ട ഇവരെ കസ്റ്റഡിയിലെടുത്ത് ജയിലിലടച്ചു. വീണ്ടും തുടങ്ങി വിചാരണ. രണ്ടുമാസം ദൽഹി ജയിലിൽ കസ്റ്റഡിയിൽ. കോടതി ഉത്തരവ് പ്രകാരം ദൽഹി പോലീസ് ഇവരെ ബോംബെ വി.ടി.റെയിൽവെ സ്റ്റേഷനിൽ കൊണ്ടുവിട്ടു.

എല്ലാവരും അന്ന് ബോംബെ റെയിൽവെ ഫ്ളാറ്റ്ഫോമിലും പരിസരങ്ങളിലുമായി നേരം വെളുപ്പിച്ചു. നാട്ടിൽ എത്തിപ്പെടാൻ മാർഗ്ഗമൊന്നുമില്ല. പരിചയമില്ലാത്ത നഗരം. പരിചയക്കാരാരുമില്ല. തെരുവിൽ വഴിവാണിഭം ചെയ്യുന്ന ചില മലയാളികളെ പരിചയപ്പെട്ടു. അവരുടെ സഹായത്തോടെ ബോംബെയിലെ മലയാളി കേന്ദ്രങ്ങളായ ഡോങ്കിരി, ബിസ്തിമുല്ല, ടങ്കർ സ്ട്രീറ്റ്, കമ്പക്കർ സ്ട്രീറ്റ് തുടങ്ങിയ സ്ഥലങ്ങളിൽ എത്തിപ്പെട്ട് കിട്ടുന്ന ജോലി ചെയ്തു. ബോംബെ ചാവക്കാട് ജമാഅത്തിന്റെ സഹായത്തോടെ ചിലർ നാട്ടിലെത്തി. മറ്റുള്ളവർ ഹോട്ടൽ ജോലി ചെയ്തും തെരുവ് കച്ചവടക്കാരുടെ സഹായിയായും ബോംബെയിൽ തങ്ങി. പിന്നീട് ഇവർക്കു എന്ത് സംഭവിച്ചു എന്നു കുടുംബത്തിന്നുപോലും അറിയില്ല.

കടൽവിഴുങ്ങിയ സ്വപ്നങ്ങൾ

1972 ഒക്ടോബർ 4 നാണ് സംഭവം.

സമൃദ്ധിയുടെ ഉറവിടം തേടി ഗൾഫ് നാടുകളിലേക്ക് യുവാക്കൾ പ്രവഹിച്ചുകൊണ്ടിരുന്ന കാലം. പാസ്പോർട്ടോ വിസയോ ഇല്ലാതെ ലോഞ്ചുകളിൽ കയറി മലയാളികൾ പലരും ഗൾഫ് തേടി പുറപ്പെട്ടു. കര പറ്റിയവർ നിലനില്പിന്നാവശ്യമായ രേഖകളുണ്ടാക്കി കച്ചവടത്തിലും തൊഴിലിലും ഏർപ്പെട്ടു. നാട്ടിലവരുടെ മണിമന്ദിരങ്ങളുയർന്നു. നേടിവരുടെ കഥ നാട്ടിലുള്ള യുവാക്കളെ മോഹിപ്പിച്ചു. ഭാഗ്യാന്വേഷികളുടെ എണ്ണം വർദ്ധിച്ചു. മോഹങ്ങൾ തിങ്ങിയ ചെറുപ്പക്കാർ ഗൾഫിലെത്താൻ എന്ത് സാഹസികതക്കും തയാറായി. അതോടെ വിസയും പാസ്പോർട്ടുമില്ലാതെ യുവാക്കളെ ഗൾഫ് നാടുകളിലേക്ക് കടൽ കടത്തുന്ന സംഘങ്ങൾ കേരളത്തിൽ സജീവമായി. കടലിന്റെ മറുതീരം തേടിയുള്ള യുവാക്കളുടെ സാഹസികയാത്ര കേരളമൊട്ടുക്കും ശക്തമായി.

യാത്രാ രേഖകളില്ലാത്ത നാന്നൂറോളം യുവാക്കളെ കയറ്റി രണ്ടു ലോഞ്ചുകൾ കോഴിക്കോട് കടപ്പുറത്ത് നിന്നു യു.എ.ഇ.യിലേക്കു പുറപ്പെട്ടു. ഇവരെ ഷാർജ കടലിൽ വെച്ച് യു.എ.ഇ. പോലീസ് വളഞ്ഞു പിടിച്ചു ജയിലിലടച്ചു. ഏതാനും ദിവസം കഴിഞ്ഞപ്പോൾ എല്ലാവരെയും സ്വദേശത്തേക്ക് തന്നെ തിരിച്ചയക്കാൻ കോടതി വിധിച്ചു. രണ്ടു പത്തേമാരികളിലായി ഷാർജ പോലീസ് ഇവരെ

കയറ്റി വിട്ടു. പുറംകടലിലെത്തിയ പത്തേമാരികൾ കൂട്ടിയിടിച്ച് പൊട്ടിത്തകർന്ന് കടലിൽ മുങ്ങി. കരയിൽ നിന്നിരുന്ന പോലീസ് സംഘം ഈ രംഗം ദൂരദർശിനിയിലൂടെ കണ്ടു. രക്ഷാസേന സംഭവ സ്ഥലത്തേക്കു കുതിച്ചു. ഇതിൽ നൂറ്റിപത്തുപേരെ മാത്രമെ രക്ഷിക്കാൻ സാധിച്ചുള്ളു.

ദിവസങ്ങൾക്കു ശേഷം മൃതദേഹങ്ങൾ കരക്കടിഞ്ഞു. ചീഞ്ഞളിഞ്ഞ ശരീരങ്ങളിൽ അവയവങ്ങൾ വേർപെട്ടിരുന്നു. അനാഥമായ മൃതദേഹങ്ങൾ കടൽതീരത്ത് സംസ്കരിച്ചു. കിനാവുകൾ കൈമോശം വന്ന ഹതഭാഗ്യർ സ്വപ്നഭൂമിയിലെ കടലോരങ്ങളിൽ എന്നെന്നേക്കുമായി ഉറങ്ങി.

അപകടത്തിൽനിന്നു രക്ഷപ്പെട്ടവരെ തടവുകാരായി ഷാർജ അൽഖാസിമിയ ജയിലിൽ പാർപ്പിച്ചു. നൂറ്റിപ്പത്തുപേർ. എല്ലാം മലയാളികൾ. ഏറെയും മലപ്പുറം ജില്ലക്കാർ. ദുബൈ കോൺസലേറ്റ് മുഖേന ജയിലധികൃതരോടപേക്ഷിച്ച് പെരുന്നാൾ ദിവസം ഇവരോടൊപ്പം ഭക്ഷണം കഴിക്കാൻ യു.എ.ഇ. ഇന്ത്യൻ അസോസിയേഷൻ ഭാരവാഹികൾക്ക് അനുമതി ലഭിച്ചു. അസോസിയേഷൻ ഭാരവാഹികൾ ആ രംഗം വിവരിക്കുന്നതിങ്ങനെ:

ഭക്ഷണ തളികക്ക് ചുറ്റും മുഖത്തോടു മുഖം നോക്കി ഞങ്ങൾ മൂകരായിരുന്നു. ആ കണ്ണുകളിൽ ഗൃഹാതുരത്വത്തിന്റെ വേദന നിറഞ്ഞുനിൽക്കുന്ന ഒരു വികാരമാണ് ഞങ്ങൾ കണ്ടത്. അവർ വേദന അയവിറക്കി തേങ്ങുകയായിരുന്നു. മരുഭൂമിയിൽ ഉരുകിത്തീരുന്ന ഹതഭാഗ്യരുടെ തീച്ചൂട് മനസ്സിനെ കത്തിക്കരയിച്ചു. പൊള്ളുന്ന ജീവിതങ്ങളുടെ തീഷ്ണ ചിത്രങ്ങൾ മനസ്സിലേറ്റിയാണ് പെരുന്നാൾ ദിവസം ജയിലിൽ നിന്നു പുറത്തു കടന്നത്. യാത്ര പറഞ്ഞിറങ്ങുമ്പോൾ എന്റെ കൂടെയുള്ള മുഹമ്മദ്കുഞ്ഞി ജയിലിലുള്ള അദ്ദേഹത്തിന്റെ നാട്ടുകാരനായ അബൂബക്കറിനോട് ചോദിക്കുന്നത് കേട്ടു.

“അകത്തെ ഭക്ഷണമൊക്കെ സുഖമല്ലേ?”

“കൃത്യത്തിന്നു കിട്ടും. കോഴി, മത്സ്യം, പച്ചക്കറി എല്ലാം. തിന്നു തീർക്കാനാവുന്നില്ലെന്ന പ്രശ്നമേയുള്ളു. കിടക്കാനും സൗകര്യമുണ്ട്. എന്നാലും കഴിയുന്നത് ഇതിന്നകത്തല്ലേ? അതാലോചിക്കുമ്പോഴാ സങ്കടം.”

വായനയിലും ചിന്തയിലും മുഴുകിയുള്ള യാത്രയിൽ ദിവസ

ങ്ങൾ പിന്നിട്ടതറിഞ്ഞില്ല.

ഏഴാം ദിവസം മദ്ധ്യാഹനത്തിൽ കപ്പൽ ദുബായിലെത്തി എന്ന റിയിച്ചുകൊണ്ടുള്ള സൈറൺ വിളി കേട്ടാണ് വായനയിൽനിന്നു ണർന്നത്. സോവനീർ കയ്യിൽ പിടിച്ച് മരുഭൂമിയിൽ മാഞ്ഞുപോയ വരും മറഞ്ഞു നിൽക്കുന്നവരുമായ അനാഥരെ കുറിച്ചോർത്തു. പശ്ചിമേഷ്യയിലെ അത്യാധുനിക ഡെക്കിൽ കപ്പൽ നങ്കൂരമിട്ടപ്പോൾ മനസ്സ് മന്ത്രിച്ചു: ഇതാ നിന്റെ സ്വപ്നതീരം എത്തിയിരിക്കുന്നു. കടൽ ചൊരുക്കും യാത്രാ ക്ഷീണവും കൊണ്ട് തളർന്നുകിടന്ന യാത്രക്കാർ ലക്ഷ്യ സ്ഥാനത്തെത്തി എന്നറിഞ്ഞപ്പോൾ പിടഞ്ഞെ ഴുന്നേറ്റു. കപ്പൽ ആകെ സജീവം. യാത്രക്കാർ അവരവരുടെ ലഗ്ഗേ ജുമെടുത്ത് കരക്കിറങ്ങി.

പുറത്ത് കപ്പലിറങ്ങി വരുന്നവരെ കാത്ത് നിൽക്കുന്ന ബന്ധു ക്കളും സുഹൃത്തുക്കളും. എന്നെ കാത്തുനിന്ന കാദർക്കയുടെ കൂടെ കാറിൽ കയറി. കാദർക്ക എന്നെ ദുബായിലുള്ള ടാക്സിസ്റ്റാന്റിൽ എത്തിച്ചു. ഒരു ഡ്രൈവറെ വിളിച്ചു ദുബായിൽ എന്നെ ഇറക്കേണ്ട സ്ഥലവും കെട്ടിടവും പറഞ്ഞു മനസ്സിലാക്കി. അഞ്ഞൂറ് ദിർഹ ത്തിന്റെ നോട്ട് കീശയിലിട്ടുതന്നു.

കന്നിപ്പെരുന്നാൾ

ജോലിക്കു വേണ്ടിയുള്ള അന്വേഷണം തുടങ്ങി. റമസാൻ മാസം പിറന്നതോടെ ആശങ്ക വർദ്ധിച്ചു. പരിചയമുള്ള നാട്ടുകാരെ പോയിക്കണ്ടു. നോൽമ്പ് രണ്ടിന്നു പേരാമ്പ്ര സ്വദേശി മുഹമ്മദ് കുട്ടിയുടെ സഹായത്തോടെ ഒരു ജോർദാനിയുടെ വീട്ടിൽ ജോലികിട്ടി. ദുബായ് ടൗണിൽ നിന്നു അഞ്ച് കിലോ മീറ്റർ അകലെ തക്‌രീർ എന്ന അറബി കോളനിയിൽ. വീട് വൃത്തിയാക്കണം, ഒട്ടകങ്ങളെ പരിപാലിക്കണം, വീട്ടിലുള്ള മാനുകൾക്കും ആടുകൾക്കും ഭക്ഷണം നൽകണം. ഒരു ദിവസം നോട്ടം തെറ്റിയപ്പോൾ ഒട്ടകം മുഖത്ത് ചവിട്ടി. മുഖം വീങ്ങി കല്ലിച്ചു. രണ്ടാഴ്ച കഴിഞ്ഞിട്ടാണ് നീർവീഴ്ച മാറിയത്.

ചുട്ട ഒട്ടകമാംസം, ഖുബ്ബൂസ്, നാലഞ്ച് ഈത്തപ്പഴം ഇതാണ് നോമ്പുതുറക്കു കിട്ടുന്ന 'വിഭവം'. അറബിയുടെ തോട്ടത്തിലെ കാവൽക്കാരൻ പത്തനംതിട്ട സ്വദേശി റഷീദ്ക്കയും നോൽമ്പ് തുറക്ക് കൂടെ ഉണ്ടാകും. തിരുവനന്തപുരത്ത് ഒരു പത്രം ഓഫീസ്സിൽ ജോലി ചെയ്തിരുന്ന അവസരത്തിൽ ഗൾഫ് മോഹിച്ച് ലോഞ്ചിൽ പുറപ്പെട്ടതാണ് അയാൾ. ഗൾഫിലെത്തിയാൽ എത്രയോ ഇരട്ടി പണം ലഭിക്കുമെന്ന് പറഞ്ഞ് കേട്ട് ഭ്രമിച്ചാണ് ഗൾഫ് തേടി ഇറങ്ങിയത്. ദുബായിലെത്തിയ ശേഷമാണ് അമളി മനസ്സിലാകുന്നത്. മാസങ്ങളോളം ജോലിക്കുവേണ്ടി യു.എ.ഇ. യുടെ വിവിധ ഭാഗങ്ങളിൽ കറങ്ങി. അറബിയുടെ തോട്ടത്തിൽ അയാൾക്കൊരു ചെറിയ ജോലി ലഭിച്ചു.

നോൽമ്പ് തുറന്നതിന്നു ശേഷവും ജോലി ചെയ്യണമെന്നതാണ് അറബിയുടെ ഭാര്യയുടെ കർശന നിർദ്ദേശം. ജോലികഴിഞ്ഞ് തറാവീഹ് നമസ്കാരത്തിന്നു പള്ളിയിലേക്ക് പോകും. വീട്ടിൽനിന്നു അകലെയാണ് പള്ളി. നൂറ് കണക്കിൽ ആളുകൾ ഒത്തുചേരുന്ന തറാവീഹ് നമസ്കാരം ഗൾഫ് നാടുകളിലെ ചൈതന്യവത്താ

യ കാഴ്ചയാണ്. തറാവീഹ് നമസ്കാരത്തിന്നുശേഷം തെരുവുകൾ സജീവമാകും. തിരക്കും ജനപ്രവാഹവും അർദ്ധരാത്രി വരെ തുടരും.

നമസ്കാരത്തിന്നുശേഷം റൂമിലെത്തുമ്പോൾ ദാഹവും വിശപ്പും കാരണം തളരും. റൂമിലുള്ള ഉണക്ക റൊട്ടിയും വെള്ളവും കഴിച്ച് വിശപ്പടക്കും. നാട്ടിലെ നോൽമ്പ്തുറയും മുത്തായവും അത്താഴവുമെല്ലാം അയവിറക്കി മുറിക്ക് പുറത്തുള്ള മണലിൽ കിടന്നു മയങ്ങും. കുട്ടിക്കാലത്ത് രുചിച്ചാസ്വദിച്ച ഇറച്ചിക്കറിയും അരിപ്പത്തിരിയും ജീരകക്കഞ്ഞിയും കുറിയരിക്കഞ്ഞിയുമെല്ലാം ഓർത്തുകൊണ്ട്- ചുറ്റുമുള്ള അറബി വീടുകൾ ഇരുൾപുതച്ചുറങ്ങുന്നു.

ഒരു ദിവസം റഷീദ്ക്ക സംസാരത്തിന്നിടയിൽ പറഞ്ഞു: ഞാൻ ദുബായിലെത്തിയിട്ട് ഇന്നേക്ക് മുപ്പത് വർഷം തികയുന്നു. 1970 നോൽമ്പ് ഇരുപതിനാണ് ഞാൻ ബോംബെയിൽ നിന്ന് ലോഞ്ചു കയറിയത്. തികച്ചും വ്യത്യസ്തമാണ് അന്നത്തെ ഗൾഫിന്റെ സ്ഥിതി. മുപ്പത് വർഷം ഇന്നലെ കഴിഞ്ഞപോലെ തോന്നുന്നു. റഷീദ്ക്ക പഴയ ഓർമ്മകൾ അയവിറക്കുകയായിരുന്നു: എങ്ങിനെ എങ്കിലും ഗൾഫിലെത്തണമെന്ന മോഹം കാരണമാണ് പത്രം ഓഫീസ്സിലെ ജോലി ഒഴിവാക്കി ബോംബെക്കു വണ്ടി കയറിയത്. നാട്ടുകാരൻ അബ്ദുല്ല ബോംബെ ഡോങ്കിരി എന്ന സ്ഥലത്ത് ഒരു ഹോട്ടലിൽ ജോലി ചെയ്തിരുന്നു. അയാളുടെ കൂടെ താമസിച്ചു. അബദുല്ല എനിക്ക് സാന്താക്രൂസ് വിമാനത്താവളത്തിന്നടുത്ത് ഒരു ഹോട്ടലിൽ ജോലി ഏർപ്പെടുത്തിത്തന്നു. രാപ്പകൽ ജോലി. എല്ലാ പ്രയാസങ്ങളും സഹിച്ചു ജോലി ചെയ്തു. ഗൾഫിലെത്തണമെന്ന മോഹം മാത്രമായിരുന്നു മനസ്സിൽ. മൂന്നുമാസം കഴിഞ്ഞപ്പോൾ ദുബായിലേക്ക് ആളെ കൊണ്ടുപോകുന്ന ലോഞ്ച് പുറപ്പെടുന്നതായി അറിഞ്ഞു. പതിനായിരം ഉറുപ്പികയാണ് ചാർജ്. ഒരു വെള്ളിയാഴ്ച രാത്രി ലോഞ്ച് പുറപ്പെട്ടു. ലോഞ്ചിൽ ഞങ്ങൾ നാൽപ്പത് പേർ. എട്ട് ജോലിക്കാരും. റഷീദ്ക്ക ആ യാത്ര വിവരിക്കുന്നതിങ്ങിനെ: ഒരു ഉത്തരേന്ത്യക്കാരനായിരുന്നു ലോഞ്ച് ഡ്രൈവർ. അയാളുടെ സഹായി മലയാളം അറിയുന്ന ഒരു കർണ്ണാടകക്കാരൻ. തിരമാലകളെ കീറിമുറിച്ച് ലോഞ്ച് കുതിച്ചു. അഞ്ചു രാത്രിയും അഞ്ചു പകലും കഴിഞ്ഞാലെ ദുബായിലെത്തു എന്നാണ് ഡ്രൈവറുടെ സഹായി പറഞ്ഞത്. ദിഗ്മുഖങ്ങളറിഞ്ഞുകൂട. തിരമാലകളുടെ

ഗർജ്ജനം. വിചിത്രമായ കടൽജന്തുക്കൾ. നാലാംദിവസം ലോഞ്ച് ഇറാൻ കടലിൽ പ്രവേശിച്ചു. കുറച്ചുനേരം അവിടെ നിർത്തിയിട്ടു. വീണ്ടും പുറപ്പെട്ടപ്പോൾ ആരോ വിളിച്ചുപറഞ്ഞു: "ലോഞ്ചിൽ വെള്ളം കയറിയിരിക്കുന്നു." എല്ലാവരും ചേർന്ന് വെള്ളം കോരിയൊഴിച്ചു. ലീക്ക് ശരിയാക്കി വീണ്ടും പുറപ്പെട്ടു. രാത്രി ആയതോടെ അകലെ നഗരവെളിച്ചം കണ്ടു. ആശങ്കയും ആഹ്ലാദവും. അൽപ സമയത്തിന്നുള്ളിൽ ലോഞ്ച് കരയോടടുത്തു.

വെള്ളം അരവരെ മാത്രം ഉള്ളുവെന്നും നീന്തി കരക്കണിയാമെന്നും ജോലിക്കാർ പറഞ്ഞതനുസരിച്ച് മിക്കവരും ചാടി. നീന്തലറിയാത്ത ഞങ്ങൾ നാലുപേർ ലോഞ്ചിൽ ബാക്കിയായി. ചാടിയവർ വിളിച്ചുപറഞ്ഞു: നീന്തമറിയാത്തവർ ചാടരുത്.

ചാടാനും ചാടാതിരിക്കാനുമാവാതെ ഞങ്ങൾ ഭയന്നു വിറച്ചു. ജോലിക്കാർ കത്തിയും വടിയുമെടുത്ത് ഞങ്ങളുടെ നേരെ തിരിഞ്ഞു. ഞാനടക്കം നാലുപേരെ എടുത്ത് അവർ വെള്ളത്തിലേക്കെറിഞ്ഞു. കയ്യിലെ സൂട്ട്കേസ് പിടിവിട്ടുപോയി. മരണം മുമ്പിൽ കാണുന്നു. ഞാൻ വെള്ളത്തിലേക്ക് ആണ്ടുപോകുന്നു. "പടച്ചവനെ രക്ഷിക്കണേ!" ഒരൊറ്റ പ്രാർത്ഥന മാത്രം.

ഒരു കടൽജീവി വിഴുങ്ങുകയാണെന്ന് തോന്നി. പിന്നെ സംഭവിച്ചതെന്തെന്നു ഓർമ്മയില്ല. കണ്ണു തുറന്നുനോക്കുമ്പോൾ ഒന്നും മനസ്സിലാകുന്നില്ല. ഞാനെവിടെയാണ്? ചുറ്റും കണ്ണോടിച്ചു. ഒരു വീട്ടിലെ കട്ടിലിൽ ഞാൻ തളർന്നു കിടക്കുകയാണ്. സമീപത്ത് ഒരറബിയും അദ്ദേഹത്തിന്റെ ഭാര്യയും രണ്ടു കുട്ടികളും. അത്ഭുതത്തോടെ അവരുടെ മുഖത്തേക്കു നോക്കി. വെള്ളത്തിൽനിന്ന് ആ അറബിയാണ് എന്നെ രക്ഷിച്ചതെന്നു മനസ്സിലായി. അല്പം വിശ്രമിച്ചശേഷം ആ വീട്ടുകാരോട് നന്ദി പറഞ്ഞ് എഴുന്നേറ്റ് പുറപ്പെടാൻ ഒരുങ്ങിയപ്പോൾ ഇന്നു വീട്ടിൽ വിശ്രമിച്ച് നാളെ പോകാമെന്നു അവർ സ്നേഹപൂർവ്വം പറഞ്ഞു. അന്നു ആ വീട്ടിൽ തങ്ങി. ആ അറബി കുടുംബത്തിന്റെ പരിചരണം ജീവിതത്തിൽ മറക്കാനാവാത്ത അനുഭവമായിരുന്നു. പിറ്റെ ദിവസം അറബി എന്നെ ദുബായിലേക്ക് വാഹനം ലഭിക്കുന്ന സ്റ്റാന്റിൽ കൊണ്ടാക്കി. 'ദുബായ്, ദുബായ്' എന്ന് വിളിച്ച് ഒരാൾ ഒരു ട്രക്കിലിരിക്കുന്നു. പാക്കിസ്താനി ആണെന്നാണ് തോന്നുന്നത്. ഞാൻ ട്രക്കിൽ കയറി ഇരുന്നു. കയ്യിൽ കാശില്ലെന്ന കാര്യം അപ്പോഴാണ് ഓർത്തത്. എന്തും

വരട്ടെ എന്നു കരുതി വണ്ടിയിൽ തന്നെ ഇരുന്നു. ഷാർജയിൽ എത്തിയപ്പോൾ ട്രക്ക് നിർത്തി ഡ്രൈവർ പുറത്തിറങ്ങി. അതിർത്തി കടക്കാനുള്ള അനുമതി വാങ്ങാനാണെന്നു അടുത്തിരിക്കുന്ന ഒരു മലയാളി പറഞ്ഞു. മനസ്സ് മന്ത്രിച്ചു: ഇത് രക്ഷപ്പെടാനുള്ള നല്ല അവസരമാണ്.

ട്രക്കിൽ നിന്നിറങ്ങി മെല്ലെ നടന്നു. നടത്തം ഓട്ടമായി. പുറത്തു എന്തോ വന്നു വീഴുന്ന ശബ്ദം. തിരിഞ്ഞുനോക്കിയില്ല. ജീപ്പ് ഡ്രൈവറുടെ ഉരുണ്ട് തടിച്ച കൈ എന്റെ മുതുകിൽ. ഞാൻ വേദന കൊണ്ട് പുളഞ്ഞു. ഈ രംഗം കണ്ടുകൊണ്ടിരുന്ന ഒരാൾ സംഭവമെന്താണെന്ന് അന്വേഷിച്ചു. സംസാരിച്ചപ്പോൾ മലയാളി ആണെന്നു മനസ്സിലായി. നിറകണ്ണുകളോടെ ഞാൻ കാര്യങ്ങളെല്ലാം വിവരിച്ചു പറഞ്ഞു. അപ്പോഴേക്കും പോലീസ് വന്നു. ഡ്രൈവർ എന്നെ പോലീസിൽ എല്പിച്ചു. ഇതെല്ലാം കണ്ടുകൊണ്ടിരുന്ന ആ മലയാളി അവരുമായി സംസാരിച്ച് എന്നെ വിടുവിച്ച് ഒരു ഹോട്ടലിൽ കൊണ്ടിരുത്തി വയർ നിറയെ ഭക്ഷണം വാങ്ങിത്തന്നു. നൂറ് ദിർഹം കയ്യിൽതന്നു എന്നെ ആശ്വസിപ്പിച്ചു. ദുബായിലേക്കു പോകാൻ ഒരു മലയാളി ഡ്രൈവറെ കണ്ടുപിടിച്ച് അയാളുടെ ടാക്സിയിൽ കയറ്റി ഡ്രൈവറോട് ദുബൈ മലയാളി റിലീഫ് കമ്മിറ്റി ഓഫീസിൽ എത്തിക്കാൻ പറഞ്ഞ് എന്നെ യാത്രയാക്കി. “ഭയപ്പെടേണ്ട, ഡ്രൈവർ ദുബായിൽ നിങ്ങൾക്കു എല്ലാ സഹായങ്ങളും ലഭിക്കുന്ന ഒരു കേന്ദ്രത്തിൽ കൊണ്ടു ചെന്നെത്തിക്കും.” അയാൾ ഒരു സഹോദരനെ പോലെ പുറത്തു തട്ടി സാന്ത്വനിപ്പിച്ച് യാത്രയാക്കി. ഞാൻ കരയുകയായിരുന്നു. ആ മലയാളി സഹോദരന്റെ പേരും നാടും ചോദിക്കാൻ മറന്നു. അങ്ങിനെയാണ് ഞാൻ ദുബായിലെത്തിയത്.”

റഷീദ്ക്ക ദുബായിലെത്തിയ യാത്ര വിവരിക്കുമ്പോൾ വാക്കുകൾ പതറുന്നുണ്ടായിരുന്നു. “ചെയ്തതെല്ലാം അബദ്ധമായിപ്പോയെന്നു ഇപ്പോഴാണു മനസ്സിലാകുന്നത്.” ഞാൻ എല്ലാം നിശ്ശബ്ദനായി കേട്ടു. റഷീദ്ക്കയുടെ വേദനയുടെ കഥ കേട്ട് ഉലഞ്ഞ മനസ്സോടെയാണ് അന്ന് ഉറങ്ങാൻ കിടന്നത്. കൺപോളകൾ വലിച്ചു മുറുക്കിയിട്ടും ഉറക്കം വരുന്നില്ല. അർദ്ധരാത്രി കഴിഞ്ഞതിന്നു ശേഷമാണ് അല്പം മയങ്ങിയത്.

നേരം പുലർന്ന് വീണ്ടും പതിവുപോലെ ജോലി തുടങ്ങി. ഉപ

വാസത്തിന്റെ പകലുകളും ദൈവസങ്കീർത്തനമുയരുന്ന രാത്രികളുമായി റമസാനിലെ മുപ്പത് ദിവസം പിന്നിട്ടു. ചെറിയ പെരുന്നാളിന്റെ വരവറിയിച്ച് മാനത്ത് ശവ്വാലമ്പിളി തെളിഞ്ഞതോടെ പള്ളികളിൽ തക്ബീർ ധ്വനി മുഴങ്ങി, "നാളെ ഈദുൽഫിതർ. ചെറിയ പെരുന്നാൾ".

"ഞങ്ങൾ നാളെ മസ്ക്കറ്റിലേക്കു പോകും. നീയും റഷീദും നാളെ പെരുന്നാളിന്നു ഗുലാമിന്റെ റൂമിൽ നിന്നു ഭക്ഷണം കഴിച്ചോ" അറബിയുടെ ഭാര്യ വന്നു പറഞ്ഞു. അറബിയുടെ തോട്ടത്തിലെ ജോലിക്കാരനാണു പാക്കിസ്താനി ഗുലാം മുഹമ്മദ്. ഞങ്ങളുടെ റൂമിനടുത്ത് താമസിക്കുന്നു.

ഞാനും റഷീദ്ക്കയും പെരുന്നാൾ ദിവസം പുതു വസ്ത്രങ്ങൾ ധരിച്ച് പള്ളിയിലേക്കു പുറപ്പെട്ടു. വഴിയിലുടനീളം പെരുന്നാൾ കച്ചവടത്തിന്നുള്ള ഒരുക്കങ്ങൾ. പെരുന്നാൾ നമസ്കാരത്തിന്നുശേഷം വഴിവാണിഭം ആരംഭിക്കും. കച്ചവടക്കാരിലേറെ മലയാളികളും പഠാണികളും. വില്പനക്കു നിരത്തിവെച്ച അകാൽ, കന്തുറ, തസ്വി, കസവ് തൊപ്പി, അത്തർ, മൈലാഞ്ചി പേക്കറ്റ്, കൗതുക വസ്തുക്കൾ, കളിപ്പാട്ടങ്ങൾ.

പെരുന്നാൾ നമസ്കാരം കഴിഞ്ഞ് ഞങ്ങൾ റൂമിൽ ചെന്നിരുന്നു. അടുത്തുള്ള അറബി വീടുകളിൽ പെൺകുട്ടികൾ കൈകൊട്ടിക്കളിക്കുന്നു. ബലൂചി കുട്ടികൾ പടക്കം പൊട്ടിച്ചാഹ്ലാദിക്കുന്നു. ചെറുപ്പകാലത്തെ പെരുന്നാൾ ആഘോഷം ഓർത്തുപോയി.

മൂന്നുമണിയോടുകൂടി ഗുലാം മുഹമ്മദ് ഭക്ഷണത്തിന്നു വിളിച്ചു. പെരുന്നാൾ ഭക്ഷണത്തിന്നു ഞങ്ങളോടൊപ്പം മറ്റു മൂന്നു പാക്കിസ്താനികളും. അവരെല്ലാം ഗുലാമിന്റെ സ്നേഹിതന്മാർ.

പുഴുങ്ങിയ ഒട്ടക ഇറച്ചിയും പാക്കിസ്താനി റൊട്ടിയും കാച്ചിയ മോരുമാണു പെരുന്നാൾ വിഭവം. മരച്ചീളുകൾ പോലെയുള്ള ഇറച്ചി. ഒരു കഷ്ണം റൊട്ടി ചേർത്ത് വായിലിട്ടു. രൂക്ഷമായ ഗന്ധവും ചമർപ്പും കാരണം ചവക്കാനും ഇറക്കാനും വയ്യ. ഞാൻ ദയനീയമായി റഷീദ്ക്കയെ നോക്കി. അയാളും എന്ത് ചെയ്യണമെന്നറിയാതെ പരുങ്ങുന്നു. അടുത്തിരിക്കുന്ന പാക്കിസ്താനികൾ ആർത്തിയോടെ വെട്ടിവിഴുങ്ങുന്നു. ഞങ്ങൾ രണ്ടുപേരും ഒന്നും കഴിക്കാനാകാതെ പുറത്തിറങ്ങി. വിശപ്പ് സഹിച്ച് റൂമിന്നു പുറത്തുള്ള കയർകട്ടിലിൽ ചെന്നു വീണു. പെരുന്നാൾ ദിവസത്തെ വിധിയോർ

ത്തിട്ടാകണം റഷീദ്ക്കയുടെ കണ്ണു നിറയുന്നുണ്ടായിരുന്നു. പള്ളിയിൽ നിന്നുള്ള ഇശാ ബാങ്ക് കേട്ടാണ് മയക്കത്തിൽ നിന്നുണർന്നത്.

കുഞ്ഞാലി എന്ന മലയാളി

യാത്ര എല്ലാവർക്കും സന്തോഷകരമാണ്. യാത്രയിലെ മധുരമുള്ള അനുഭവങ്ങൾ നമ്മുടെ മനസ്സിൽ മങ്ങാത്ത അനുഭവമായി നിൽക്കും. അറിവുകളും അനുഭവങ്ങളും വ്യത്യസ്തമാണ്. അറിവുകൾ പല സ്ഥലങ്ങളിൽ നിന്നും പല ആളുകളിൽ നിന്നും കേട്ടവയും മനസ്സിലാക്കിയതുമാണ്. യാത്രയിലെ അനുഭവങ്ങളാകട്ടെ കടലിലെ ഉപ്പുപോലെ എപ്പോഴും നമ്മോടൊപ്പമുണ്ടാകും.

ദുബൈ എയർപോർട്ടിലെ ഒരനുഭവം- കുഞ്ഞാലിയുടെ കഥ:

നേർവഴിക്കു പോകാനും നേർവഴിക്കു ചിന്തിക്കാനുമുള്ള മനസ്സ് ഓരോരുത്തർക്കുമുണ്ടായിരുന്നുവെങ്കിൽ ഈ ഭൂമിയുടെ മുഖം എത്ര മനോഹരമായിരുന്നുവെന്നു കുഞ്ഞാലിയെക്കുറിച്ച് ഓർക്കുമ്പോഴെല്ലാം തോന്നിയിട്ടുണ്ട്. സത്യസന്ധതയും നീതിബോധവും അടിച്ചേല്പിക്കാനും കെട്ടിവരയാനും പറ്റിയ സംഗതികളല്ലല്ലോ. നൈമിഷിക വികാരത്തിന്നടിപ്പെട്ട് ചിലർ തെറ്റായ വഴിയിൽ നയിക്കപ്പെടുന്നു. അറിയാതെ തിന്മയുടെ വഴികളിലേക്കു ഒഴുകിപ്പോകുന്നു.

നമുക്ക് കുഞ്ഞാലിയുടെ കഥയിലേക്കു കടക്കാം. ദുബൈ ഡീലക്സ് ഹോട്ടലിൽ ടേബിൾ ക്ലീനറായി ജോലി ചെയ്ത് പ്രയാസപ്പെട്ട് ജീവിതം മുന്നോട്ടുനീക്കുന്നു. മലപ്പുറം ജില്ലയിലെ കരുളായി സ്വദേശി. രണ്ട് പെൺമക്കൾ.

ദുബായിലെത്തി ഏഴു വർഷങ്ങൾക്കുശേഷം നാട്ടിലേക്കുള്ള ആദ്യയാത്രയാണ്. മൂത്തമകൾ റസിയയുടെ വിവാഹം അടുത്ത മാസം.

എയർപോർട്ട് കൗണ്ടറിന്നടുത്തേക്ക് നടക്കുന്നതിന്നിടയിൽ നിലത്ത് കിടന്ന ഒരു ലെതർ ബേഗ് കുഞ്ഞാലിയുടെ ശ്രദ്ധയിൽപെട്ടു. അയാൾ അതൊന്നു തുറന്നുനോക്കി. നിറയെ നോട്ടുകൾ. ദൈവ

ത്തിന്റെയും കുഞ്ഞാലിയുടെയും കണ്ണുകൾ മാത്രമെ അത് കണ്ടുള്ളു. യാതൊരു വൈമനസ്യവും കൂടാതെ അയാൾ ബേഗ് നിയമപാലകരെ ഏല്പിച്ചു. അവർ പണസഞ്ചി പരിശോധിച്ചു. ആയിരം യു.എ.ഇ.ദിർഹത്തിന്റെ ആയിരം നോട്ടുകൾ.

ദുബായിലെ പ്രമുഖ വ്യവസായി അബ്ദുറഹിമാൻ മത്റൂഷിയിൽ നിന്ന് നഷ്ടപ്പെട്ടതായിരുന്നു ആ ബേഗ്. നിയമപാലകർ അത് ഉടമയെ കണ്ടുപിടിച്ചു ഏല്പിച്ചു.

ബേഗ് ഏറ്റുവാങ്ങിയ ശേഷം മത്റൂഷി കുഞ്ഞാലിയുടെ കുടുംബകാര്യങ്ങൾ അന്വേഷിച്ചു. ദുബായിൽ വന്നിട്ട് ഏഴുവർഷമായി. ആദ്യമായി നാട്ടിലേക്കു പോകുകയാണ്. അടുത്ത മാസം മകളുടെ വിവാഹമാണ്.

അബ്ദുറഹിമാൻ മത്റൂഷി ബാഗിൽ നിന്നു ഇരുപത്തയ്യായിരം ദിർഹം (രണ്ടരലക്ഷം രൂപ) എടുത്ത് കുഞ്ഞാലിക്കു കൊടുത്തു. ഒപ്പം ഒരു അനുമോദനകുറിപ്പും. സന്തോഷം നിറഞ്ഞ കണ്ണുകളോടെ കുഞ്ഞാലി അത് ഏറ്റുവാങ്ങി. "ഇപ്പോൾ ഇത് സ്വീകരിക്കുക. ഇത് പാരിതോഷികമല്ല. മകൾക്ക് എന്റെ ചെറിയ സമ്മാനം. തിരിച്ചു വന്നാൽ എന്നെ കാണണം."

കൂടിനിന്ന എല്ലാവർക്കും നന്ദി പറഞ്ഞ് മത്റൂഷിയും കുടുംബവും ബൈറൂത്തിലേക്കുള്ള വിമാനത്തിൽ കയറാനുള്ള ഗെയിറ്റിലേക്ക് കടന്നു.

അന്നത്തിന്നു വേണ്ടി അന്യനാട്ടിൽ അദ്ധ്വാനിക്കാനെത്തിയ പതിനായിരക്കണക്കിൽ മലയാളികൾ. ആർക്കും ഗൾഫിൽ സ്വന്തമായി വേരുകളില്ല. അവരുടെ വേരും മുരടും കമ്പും ചില്ലയുമെല്ലാം ജനിച്ച നാടുകളിലാണ്. അവരുടെ രക്തം തണുത്തുറക്കുകയും തിളച്ചുമറിയുകയും ചെയ്യുന്നത് ഗൾഫിലും. ഗൾഫിൽ നിന്നുള്ള ഓക്സിജൻ ഇല്ലെങ്കിൽ പിറന്ന മണ്ണിലെ ഉപഘടകങ്ങൾ നിശ്ചലം. മാതാപിതാക്കൾ, സഹോദരി സഹോദരന്മാർ, ഭാര്യ, കുഞ്ഞുങ്ങൾ എല്ലാം നിരാലംബം.

ദാരിദ്ര്യവും ദൈന്യതയും മനസ്സിൽ പുകയുമ്പോൾ സത്യസന്ധതയുടെയും ധാർമ്മികബോധത്തിന്റെയും നാരിഴ പൊട്ടാതെ നോക്കുക എളുപ്പമല്ല. കുഞ്ഞാലി നിയമപാലകർക്കു നൽകിയ പണസഞ്ചി ഒരു രാജ്യത്തിന്റെയും ഒരു ജനതയുടെയും അന്തസ്സുയർത്തി. ഈ സത്യസന്ധത ഗൾഫ് നാടുകളിലുള്ള മലയാളികൾ കാ

ത്തുസൂക്ഷിക്കുന്നു എന്നതാണ് അറബികൾക്ക് മലയാളികളോടുള്ള സ്നേഹത്തിന്റെയും വിശ്വാസത്തിന്റെയും പ്രധാന കാരണം.

ദുബൈ എയർപോർട്ടിലെ മറ്റൊരു അനുഭവം:

ഞാനും സുരേഷും ദുബൈ എയർപോർട്ടിൽ ജോർദ്ദാനിൽ നിന്നു വരുന്ന കമ്പനി മാനേജിംഗ് ഡയറക്ടറെ സ്വീകരിക്കാൻ എത്തിയതാണ്. വിമാനം വരാൻ വൈകുമെന്നു അറിയിച്ചത് കൊണ്ട് എയർപോർട്ടിന്റെ ഒരു ഭാഗത്ത് ചെന്നിരുന്നു.

അല്പം അകലെ ഒരു കൂട്ടം മലയാളികൾ കൂടി നിന്നു ഗൗരവമായി എന്തോ ചർച്ച ചെയ്യുന്നു. എല്ലാവരുടെയും മുഖത്ത് മ്ലാനത. ആശങ്ക. പലരും എനിക്കറിയാവുന്നവർ, അവർക്കു നടുവിൽ വിഷാദമഗ്നനായ ഒരു ചെറുപ്പക്കാരൻ ഇരുന്നു കരയുന്നു. ഞാൻ ശ്രദ്ധിച്ചു. അയാൾ എന്റെ നാട്ടുകാരനും അയൽവാസിയുമാണ്. പേരു ജമാൽ. അയാളുടെ വശം ഒരു ചെറിയ ബാഗല്ലാതെ മറ്റൊന്നുമില്ല. ഞാൻ കാര്യം അന്വേഷിച്ചു.

ജമാൽ ദുബായിൽ എത്തിയിട്ട് ആറു മാസമായി. എഞ്ചിനീയറിംഗ് ബിരുദമുള്ള ഇയാൾ തിരുവനന്തപുരത്ത് ഒരു സ്ഥാപനത്തിൽ ഉദ്യോഗം വഹിച്ചിരുന്നു. ദുബായിൽ എത്തിയ ഉടനെ ജമാലിന്നു ഒരു കമ്പനിയിൽ ജോലി കിട്ടി. സാമാന്യം നല്ല ശമ്പളം. കൃത്യനിഷ്ഠയോടെയുള്ള ജോലി കമ്പനി മേധാവികൾക്കു ഇഷ്ടപ്പെട്ടു. "ഒതുക്കവും ശാന്തനുമായ ചെറുപ്പക്കാരൻ" അവർ അഭിപ്രായപ്പെട്ടു. കമ്പനി ഉടമക്കും ജമാലിനെ ഇഷ്ടമായി.

പെട്ടെന്നാണ് ഇയാൾക്കു തിരിച്ചുപോകണമെന്ന ചിന്ത വന്നത്. എയർപോർട്ടിൽ ചുറ്റും കൂടിനിന്ന സഹപ്രവർത്തകരുടെ ചോദ്യങ്ങൾക്കെല്ലാം മറുപടി ഒരു വാക്കിലൊതുക്കി. "എനിക്കു പോകണം" കൺതടങ്ങളിൽ നിന്നൊഴുകുന്ന കണ്ണുനീർ ചുറ്റും നിന്നവരുടെ കണ്ണുനിറച്ചു.

എന്താണു ഈ ചെറുപ്പക്കാരനെ അലട്ടുന്ന പ്രശ്നം? വിദ്യാഭ്യാസവും ജീവിതപരിചയവുമുള്ള ഇയാളുടെ മാനസിക സംഭ്രാന്തിക്ക് കാരണമെന്ത്? നല്ല കമ്പനിയിൽ നല്ലൊരു ജോലി. തിരിച്ചു പോയാൽ പിന്നെ ഒരിക്കലും രാജിവെച്ചൊഴിഞ്ഞ ജോലി തിരിച്ചു കിട്ടുകയില്ലെന്നുറപ്പാണ്. വിസക്ക് കൊടുത്ത ഒരു ലക്ഷം രൂപയും തിരിച്ചുകിട്ടുകയില്ല. ഇതെല്ലാം അറിയാമെങ്കിലും എന്തിനയാൾ പോവുന്നു?

ഞാൻ ജമാലിനെ സമീപിച്ചു സ്നേഹത്തോടെ ചോദിച്ചു: വലിയ കാശ് മുടക്കിയാണല്ലോ വന്നത്. ഭാഗ്യത്തിന്നു നല്ലൊരു ജോലി കിട്ടി. പിന്നെന്തിനു തിരിച്ചുപോവുന്നു? പ്രശ്നം എന്തായാലും ഒരു സഹോദരനെപ്പോലെ എന്നോട് തുറന്നു പറയൂ. അതിനുള്ള മറുപടി ഒരു പൊട്ടിക്കരച്ചിലായിരുന്നു. തുടർച്ചയായ ചോദ്യങ്ങൾക്കുശേഷം അയാൾ കാര്യം തുറന്നു പറഞ്ഞു. ആ ചെറുപ്പക്കാരൻ തിരിച്ചുപോകാനുള്ള കാരണം കേട്ട് ഞാൻ സഹതപിച്ചു.

നമുക്ക് പരിഹാരമുണ്ടാക്കാം. വിഷമിക്കണ്ട. തിരിച്ചുപോകണമെന്ന ചിന്ത ആദ്യം ഉപേക്ഷിക്കൂ. ഇനിയും ഇത്പോലെ ഇവിടെ വരണമെന്നു വിചാരിച്ചാൽ സാധിക്കുകയില്ലെന്നും മനസ്സിലാക്കുക. അയാൾ കണ്ണുനീർ തുടച്ച് ഒരു കുഞ്ഞിനെപ്പോലെ എന്റെ മുമ്പിൽ തലകുനിച്ചിരുന്നു. ജമാലിനെ യാത്ര അയക്കാൻ എയർപോർട്ടിൽ വന്ന അമ്മാവനെയും സഹപ്രവർത്തകരെയും വിളിച്ച് കാര്യം ധരിപ്പിച്ചു.

“ജമാൽ തിരിച്ചുപോകാൻ തീരുമാനിച്ചത് കൊണ്ട് പോകുന്ന കാരണം കമ്പനി ഉടമയെ ധരിപ്പിക്കണമല്ലോ”. അവർ കമ്പനി ഉടമയെ ഫോൺ ചെയ്ത് വിവരം അറിയിച്ചു.

ജമാൽ വിവാഹം ചെയ്ത് ഒരു മാസം തികയുന്നതിന്നു മുമ്പാണ് ദുബായിലേക്കുള്ള വിസ ലഭിച്ചത്. വിസ ലഭിച്ച ഉടനെ പുറപ്പെട്ടു. ഭാര്യയെ ഒരു നിഴൽപോലെ കണ്ട ജമാലിന്നു ഇവിടെ എത്തിയ അന്നുമുതലെ അവളെക്കുറിച്ചുള്ള ചിന്ത. “രാത്രി ഉറക്കം വരുന്നില്ല. വേദന കടിച്ചിറക്കിയാണ് ജോലി ചെയ്യുന്നത്. അവൾ ഫോൺ ചെയ്യുമ്പോഴേക്കും തളരുന്നു. എനിക്കവളെ കാണണം.” ചെറുപ്പക്കാരന്റെ കണ്ണു നിറയുന്നു.

ഞങ്ങൾ സംസാരിച്ചുകൊണ്ടിരിക്കെ കമ്പനി ഉടമ എത്തി. സഹപ്രവർത്തകർ കാര്യം അവതരിപ്പിച്ചു. അദ്ദേഹം എന്ത് തീരുമാനമെടുക്കും? ചുറ്റും കൂടിനിന്നവർക്ക് ആശങ്കയും ജിജ്ഞാസയും. അദ്ദേഹം ജമാലിനെ സമീപിച്ചു. സ്നേഹപൂർവ്വം പറഞ്ഞു: “നീ വിഷമിക്കണ്ട. നിന്റെ പ്രശ്നം ഞാൻ മനസ്സിലാക്കുന്നു. ഞാനും ഒരു മനുഷ്യനാണ്. നിന്റെ ഭാര്യയുടെ പാസ്പോർട്ട് കോപ്പിയും വിവാഹ സർട്ടിഫിക്കറ്റും തന്നാൽ മൂന്നുദിവസം കൊണ്ട് വിസ ശരിയാക്കാം. ഒരാഴ്ചകൊണ്ട് നിന്റെ ഭാര്യയെ ഇവിടെ എത്തിക്കാം. പരമാവധി ഒരാഴ്ച”

ജമാലിന്റെ കൂടെ വന്നവരുടേയും മുഖം പ്രസന്നമായി. ഒരു പ്രമുഖ വ്യവസായ സ്ഥാപനത്തിന്റെ ഉടമ. യു.എ.ഇ.യിലെ ഉന്നത കുടുംബാംഗം. തന്റെ സ്ഥാപനത്തിലെ ഒരു സാധാരണ ജോലിക്കാരന്റെ പ്രശ്നം മനസ്സിലാക്കി സ്വന്തം കുടുംബാംഗത്തിന്റെ കാര്യം പോലെ അതിന്നു പരിഹാരം കാണുന്നു. ആ അറബി പ്രമുഖന്റെ വിശാല ഹൃദയം. അനുകമ്പ, മനുഷ്യത്വം- ജമാലിന്റെ കണ്ണു നിറഞ്ഞു. സന്തോഷം കൊണ്ട്-

മരുഭൂമിയിൽ ഒരു കേരളം

ഇമ്പമുള്ള മാപ്പിള പാട്ടു കേൾക്കുമ്പോൾ മലപ്പുറത്തെ തെരുവിലൂടെയാണ് യാത്ര ചെയ്യുന്നതെന്നു തോന്നും. ദുബൈ നഗരത്തിലെ ഈ കേരളം നമ്മെ അത്ഭുതപ്പെടുത്തുന്നു. ഈ തെരുവിലൂടെ സഞ്ചരിക്കുന്ന മലയാളികളെ ഈ കൊച്ചുകേരളം പിടിച്ചുനിർത്തും. ഉപചാരങ്ങളില്ലാത്ത നാടൻ ശൈലിയിലുള്ള സംഭാഷണങ്ങൾ, മലയാള മട്ടിലുള്ള അഭിവാദ്യങ്ങളും 'കാദർമുക്ക്' എന്ന പേരിലാണ് ഈ തെരുവ് അറിയപ്പെടുന്നത്.

ഈ മലയാളി തെരുവിലെ ആൾക്കൂട്ടത്തിനിടയിലൂടെ ഞാനും സുരേഷും നടന്നു. നാട്ടിലെ പതിവ് രീതിയിൽ മുണ്ടുകുത്തി തോളിൽ കയ്യിട്ട് നടക്കുന്നവർ, കൂട്ടംകൂടി നിന്നു നാട്ടുവിശേഷം ചർച്ച ചെയ്യുന്നവർ, പൈജാമയും കുർത്തയും ധരിച്ച പലരുടെയും മുഖം ഞാൻ ശ്രദ്ധിച്ചു. അവരെല്ലാം മലയാളികളായിരുന്നു. നിരന്നു നിൽക്കുന്ന അറബികളുടെയും സിന്ധികളുടെയും കടകൾ. അവിടെ ജോലി ചെയ്യുന്നത് മലയാളികളാണ്. ഷാപ്പുകളുടെ നെയിം ബോർഡുകളും മലയാളത്തിൽ. തൃക്കരിപ്പൂർ സ്റ്റോർ, മലബാർ ഹോട്ടൽ, പയ്യന്നൂർ ഷാപ്പ്, മൗലവി ബുക്സ്, ആലിക്കുട്ടി മ്യൂസിക്, വേങ്ങര ടെക്സ്റ്റയിൽസ്, ഖദീജ കഫ്തീരിയ അങ്ങിനെ നീളുന്നു ലിസ്റ്റ്.

ഒരു കേസറ്റ് കടയിലെ മുണ്ടുടുത്ത മലയാളിയോട് ചോദിച്ചു. "ജോലിസമയത്തും ഈ വേഷം അനുവദിക്കുമോ?" "മുതലാളിയും കള്ളിമുണ്ടാണ് ഉടുക്കുന്നത്" നിഷ്കളങ്കമായ മറുപടി കേട്ട് ചിരിച്ചു.

ആഴ്ചയിലെ ഒഴിവ് ദിനമായ വെള്ളിയാഴ്ചയാണ് ഇവിടെ കൂടുതൽ തിരക്ക്. വ്യാഴാഴ്ച രാത്രി മുതലെ ഒഴിവിന്റെ ആഹ്ലാദം നിറയുന്നു. മലയാളികൾക്ക് പ്രിയപ്പെട്ടവരുമായി ഒത്തുകൂടാനും സു

ഖദുഃഖങ്ങൾ പങ്കുവെക്കാനും ലഭിക്കുന്ന ദിവസം. ഓരോരുത്തരും തങ്ങളുടെ നാട്ടുകാരെയും ബന്ധുക്കളെയും കണ്ടുമുട്ടുന്നത് ഈ ആൾക്കൂട്ടത്തിൽ വെച്ചാണ്. വെള്ളിയാഴ്ചയിലെ ഈ കൂടിക്കാഴ്ച ഇല്ലെങ്കിൽ മലയാളികളുടെ ജന്മനാടുമായുള്ള ബന്ധം അറ്റുപോകുമെന്നാണ് ഇവിടെ വെച്ച് പരിചയപ്പെട്ട പയ്യോളി സ്വദേശി പോക്കർ അഭിപ്രായപ്പെട്ടത്. ഈ തെരുവിൽ എത്തിപ്പെട്ടാൽ കുറച്ചു മണിക്കൂറെങ്കിലും ഗൃഹാതുര ചിന്തകൾ മറക്കുന്നു. നാട്ടിൽ പോകാനൊരുങ്ങി നിൽക്കുന്നവരും നാട്ടിലെ വിശേഷങ്ങളുമായി വന്നവരും ജോലി അന്വേഷിക്കുന്നവരും റൂമിലേക്ക് വേണ്ട സാധനങ്ങൾ തേടി ഇറങ്ങിയവരുമെല്ലാം ഈ കൂട്ടത്തിലുണ്ടാകും.

മറ്റൊരു ഭാഗത്ത് തെരുവ് കച്ചവടക്കാരുടെയും അത് വാങ്ങാനെത്തിയവരുടെയും തിരക്കും ബഹളവും. വില്പനക്ക് നിരത്തിവെച്ച വസ്ത്രങ്ങൾ, പെർഫ്യൂം, സോപ്പ്, ചീർപ്പ്, കണ്ണാടി, കളിക്കോപ്പുകൾ, സെക്കന്റ്ഹാന്റ് മൊബൈൽ തുടങ്ങിയ സാധനങ്ങൾ - പ്രധാന കച്ചവടക്കാർ ബോറികളും ബംഗാളികളുമാണ്.

ആൾക്കൂട്ടത്തിലേക്ക് വന്ന ഒരു ചെറുപ്പക്കാരൻ ജുബ്ബ ധരിച്ച മധ്യവയസ്കനെ ചൂണ്ടി ഉച്ചത്തിൽ അലറുന്നതു കേട്ടു. “എടൊ കരീംഭായ്, എന്റെ വിസയുടെ കാര്യം എന്തായി? കാശ് തന്നിട്ട് ഒരു കൊല്ലം കഴിഞ്ഞില്ലെ?” കരീംഭായ് ജുബ്ബയെക്കാൾ നീളം കൂടിയ കീശയിൽനിന്നു തരംതിരിച്ചെഴുതിയ പേരുകളുടെ ലിസ്റ്റ് പുറത്തെടുത്തു.

“നിങ്ങളുടെത് വീട്ടുജോലിക്കാരിയുടെ വിസയല്ലെ? ഉടനെ ശരിയാകും. ശൈഖ് ഖത്തറിൽ പോയിരിക്കാ. ഞാനിപ്പം ശൈഖിന്റെ വീട്ടീന്നാ വരുന്നത്. ശൈഖ് എത്തിയാൽ വിസ റെഡി.”

ആൾക്കൂട്ടത്തിൽ നിന്നു മറ്റൊരു ശബ്ദം. “ഇക്കാമ പുതുക്കാൻ ഏല്പിച്ചിട്ട് മാസം ആറായിലെ. ആയിരം ദിർഹവും തന്നു. ഇയ്യ് ആളെട്ട് കളിപ്പിക്കാണോ?” “ഒന്നു ശബ്ദം കുറച്ച് സംസാരിക്ക്” കരീംക്ക കൈകൊണ്ട് ആംഗ്യം കാണിച്ചു.

പ്രവാസികളുടെ എല്ലാ പ്രശ്നങ്ങളും ദുബായിലെ ഈ മലയാളി മുക്കിൽ ചർച്ച ചെയ്യപ്പെടുന്നു. ജോലി, യാത്ര, കസ്റ്റംസ്, മക്കളുടെ വിവാഹം, പ്രസവം, വിസ, പുതിയ ജോലി കണ്ടെത്താനും പഴയ ജോലി വിടാനുമുള്ള ശ്രമങ്ങൾ.

ഈ കേന്ദ്രം മലയാളികൾക്ക് ഇത്രയും പ്രിയപ്പെട്ടതായി മാറാൻ

കാരണമെന്ത്? ഈ അന്വേഷണത്തിന്നു ഇവിടത്തെ പഴമക്കാരിൽ നിന്നു കിട്ടിയ മറുപടി: കേരളത്തിൽ നിന്നു ദുബായിലേക്ക് വിസയും പാസ്പോർട്ടുമില്ലാതെ യുവാക്കളെ കയറ്റിയ ലോഞ്ചുകൾ പ്രവഹിച്ചിരുന്ന കാലം. പോലീസ്സിൽ നിന്നു രക്ഷനേടാൻ ലോഞ്ചുടമകൾ ആളുകളെ നഗരങ്ങളിൽ നിന്നകലെ ഷാർജക്കടുത്ത ഖുർഫക്കാൻ കുന്നിൻ ചെരുവിലാണിറക്കിയിരുന്നത്. ലോഞ്ചിലുള്ളവരോട് ചാടിനീന്താൻ ലോഞ്ചുടമ കല്പിക്കും. നീന്തമറിയുന്നവർ നീന്തി കരക്കണിയും. നീന്തമറിയാത്തവർ കടലിൽ മുങ്ങിമരിച്ച സംഭവങ്ങൾ നിരവധി.

കരക്കെത്തിയവർ ലക്ഷ്യസ്ഥാനമന്വേഷിച്ച് യാത്ര തുടങ്ങും. എല്ലാവരുടെയും ലക്ഷ്യം എങ്ങിനെയെങ്കിലും ദുബായിൽ എത്തിച്ചേരുക. യാത്രക്കിടയിൽ ചിലർ തളർന്നു വീണുമരിച്ചു. അവശേഷിച്ചവർ ദുബായിലെത്തുമ്പോഴേക്കും തളർന്നുവശാകും.

ജീവിതത്തിന്റെയും മരണത്തിന്റെയും നടുവിൽ അർദ്ധപ്രാണരായി കടന്നുവരുന്നവർക്ക് മരുഭൂമിയിലെ മരുപ്പച്ചപോലെ അഭയം നൽകിയത് ദുബായിലെ കാദ്ർക്കയുടെ ഉടമസ്ഥതയിലുള്ള ഹോട്ടലാണ്. ജോലി ലഭിക്കുന്നതുവരെ ഹോട്ടലിൽ ഭക്ഷണവും താമസവും സൗജന്യം. മനസ്സിൽ സ്നേഹവും കാരുണ്യവും വേണ്ടതിലധികം വാരിനിറച്ച കാദർക്ക ഈ ഹോട്ടലിൽ നിന്നു കിട്ടുന്ന ലാഭം പ്രയാസപ്പെടുന്നവരെ സഹായിക്കാൻ മാറ്റിവെക്കുന്നത്. ഈ മഹാമനസ്കതയാണ് ഈ പ്രദേശത്തോളം വളരാൻ കാദർ എന്ന പേരിനെ സഹായിച്ചത്. ഈ പ്രദേശം ഗൾഫ്നാടുകളിലെ വിദേശികൾക്കും സ്വദേശികൾക്കും പ്രിയപ്പെട്ടതായി മാറാനും.

കാദർ ഹോട്ടലും കാദർമുക്കും യു.എ.ഇ.യിലാകെ സ്വദേശി വിദേശി വ്യത്യാസമില്ലാതെ സുപരിചിതമാണെങ്കിലും ഈ സംഗമ സ്ഥലത്തിന്നു എങ്ങിനെ ഈ പേരുകിട്ടി എന്നന്വേഷിച്ചപ്പോൾ ലഭിച്ച മറുപടി എന്നിൽ കൗതുകം നൽകി. ദുബായിൽ എല്ലാ കാര്യങ്ങൾക്കും മലയാളികൾ ഒരു കേന്ദ്രമായി പറയുന്നത് കാദർ ഹോട്ടലാണെങ്കിലും യഥാർത്ഥത്തിൽ ഇവിടെ കാദർ ഹോട്ടൽ എന്ന പേരിൽ ഒരു ഹോട്ടൽ ഇല്ല. മുമ്പും ഉണ്ടായിട്ടില്ല. ദുബായുടെ ഹൃദയഭാഗത്തെ ഈ കൂറ്റൻ ഹോട്ടലിന്റെ ഉടമ കാദർ ആയതുകൊണ്ട് ആളുകൾ ഈ ഹോട്ടലിന്ന് കാദർ ഹോട്ടൽ എന്നു വിളിച്ചുതുടങ്ങി. അത് സർവ്വവ്യാപിയായി. ഹോട്ടലിന്നു ചുറ്റുമുള്ള സ്ഥലങ്ങൾ

കാദർ മുക്കെന്നും. ദുബായിൽ എത്തുന്ന ഒരാൾക്കു ഒരു കേന്ദ്ര സ്ഥലമായി പറയാറ് എല്ലാവർക്കും സുപരിചിതമായ കാദർ ഹോട്ടലാണ്. സ്ഥാപനത്തിന്നു നയിംബോർഡ് വെക്കണമെന്നോ കച്ചവട ലൈസൻസ് എടുക്കണമെന്നോ ഉള്ള നിബന്ധനകളൊന്നും അക്കാലത്ത് ദുബായിൽ ഉണ്ടായിരുന്നില്ല. വർഷങ്ങൾക്കുശേഷം ദുബൈ മുനിസിപ്പാലിറ്റിയുടെ നിർദ്ദേശപ്രകാരം ഹോട്ടിലിന്നു ആയിശ റസ്റ്റാറന്റ് എന്ന നയിംബോർഡ് വെച്ചെങ്കിലും ആരും ആ പേർ വിളിച്ചില്ല. വിളിച്ചത് കാദർ ഹോട്ടൽ എന്നുതന്നെ. കാദർ ഹോട്ടലിന്റെ ഉടമ കാദർ ഗൾഫിന്റെ ആദ്യകാലങ്ങളിൽ എത്തിയ കണ്ണൂർ സ്വദേശിയാണ്. സാമാന്യത്തിലധികം തടിയുള്ളതുകൊണ്ട് തടിച്ചി കാദർ എന്നാണ് വിളിക്കാറ്. പാക്കിസ്താനികൾ മോട്ടാ കാദർ എന്നും.

വെള്ളിയാഴ്ചകളിൽ ഇവിടെ വരുന്നതിന്റെ വായനപ്രിയരായ മലയാളികളുടെ ഉദ്ദേശ്യം പഴയ മലയാള പുസ്തകങ്ങളും പ്രസിദ്ധീകരണങ്ങളും ശേഖരിക്കുക എന്നതാണ്. അക്കാലത്ത് ദുബായിൽ മലയാള പ്രസിദ്ധീകരണങ്ങൾ ലഭിക്കുന്ന ഷാപ്പുകൾ ഉണ്ടായിരുന്നില്ല. നാട്ടിൽനിന്നു വരുന്നവർ പലരും അക്കാലത്ത് പ്രത്യേകമായി കൊണ്ടുവരുന്നത് മലയാള പുസ്തകങ്ങളാണ്. ചിലർ നാട്ടിൽ പോകുന്നവർവശം ആവശ്യമായ പുസ്തകങ്ങളുടെ ലിസ്റ്റ് കൊടുത്തേല്പിക്കും. ടെലിവിഷനോ മലയാളപത്രങ്ങളോ ഇല്ലാത്ത അക്കാലത്ത് ഈ പുസ്തകങ്ങൾ വായിക്കുക എന്നതായിരുന്നു മലയാളികളുടെ ഏക വിനോദം. പക്ഷെ നമുക്ക് ആവശ്യമുള്ള പുസ്തകം ലഭിക്കണമെങ്കിൽ ചിലപ്പോൾ മാസങ്ങൾ കാത്തിരിക്കേണ്ടിവരുന്നു. തകഴിയുടെ 'ചെമ്മീൻ' രണ്ടു മാസം കാത്തിരുന്ന ശേഷമാണ് വായിക്കാൻ കിട്ടിയത്. പുറംചട്ടയും പേജുകളും കീറിപ്പൊളിഞ്ഞ നിലയിൽ.

വെള്ളിയാഴ്ചകളിൽ ഞാനും സുരേഷും കാദർമുക്കിലൂടെ സഞ്ചരിക്കുന്നത് പതിവാക്കി. വഴിയിൽ കണ്ടുമുട്ടുന്നവരുമായി പരിചയപ്പെടുകയും അവരുടെ വിവരങ്ങൾ ആരായുകയും ചെയ്യും. ഇവരിൽ മനസ്സിൽ എന്നും കൊളുത്തിനിൽക്കുന്ന ഒരു ചിത്രമാണു മലപ്പുറം സ്വദേശി മൂസ്സയുടേത്. വർഷങ്ങൾക്ക് മുമ്പ് ദുബായിൽ കാണാതായ സഹോദരനെ ഇവിടെ വെച്ച് കണ്ടെത്തുമെന്ന പ്രതീക്ഷയോടെ എല്ലാ വെള്ളിയാഴ്ചയും ആ ചെറുപ്പക്കാരൻ എ

ത്തും. സന്ധ്യവരെ ആളുകൾക്കിടയിൽ സഹോദരനെ അന്വേഷിച്ചു നടക്കും. ഇരുൾ മൂടിയാൽ നിരാശയോടെ തിരിച്ചുപോകും. മൂസ്സക്ക് തന്റെ സഹോദരനെ കണ്ടെത്താനായോ? കാദർ മുക്കിനെ കുറിച്ച് ചിന്തിക്കുമ്പോഴെല്ലാം ആ ചെറുപ്പക്കാരന്റെ മുഖം ഓർത്തുപോകാറുണ്ട്.

ദുബായിൽ എത്തുന്ന മലയാളികളുടെ സ്വകാര്യ ദുഃഖങ്ങളും നാട്ടിൽ അവർക്കായി കാത്തിരിക്കുന്ന ആശ്രിതരുടെ വിഹ്വലതകളും കുടുംബവും വീടുംവിട്ട് ഇവിടെ എത്തിയ മലയാളികൾ ഒന്നിച്ചു കാണുമ്പോഴുള്ള ആഹ്ലാദങ്ങളുമെല്ലാം നേരിട്ടു മനസ്സിലാക്കണമെങ്കിൽ മരുഭൂമിയിലെ ഈ ഉത്സവ പറമ്പിൽ കുറച്ചു സമയമെങ്കിലും ചിലവഴിക്കണം.

കോഴിക്കോട്ടുകാരൻ മൂസ്സസാഹിബ്

തൊഴിൽ തേടി മുംബെയിലെത്തിയ കോഴിക്കോട്ടുകാരൻ മൂസ്സ അതീവ സാധാരണമായ ജീവിതസാഹചര്യങ്ങളിൽ നിന്നും ഇതിഹാസ സമാനമായ ഉയരങ്ങൾ കീഴടക്കിയതിന്റെ കഥ കേൾക്കുക: ശതകോടീശ്വരനായി മാറിയ, മഹാരാഷ്ട്ര-ഗുജറാത്ത് സർക്കാറുകളുടെ നിരവധി ബഹുമതികൾ നേടിയ അദ്ദേഹം പറയുന്നു. "ബുദ്ധിമുട്ടുകൾക്കു മുമ്പിൽ ദുർബലനാകാതെ ഇച്ഛാശക്തിയോടെ പ്രവർത്തിച്ചാൽ വിജയം ഉറപ്പ്. പ്രതികൂല സാഹചര്യങ്ങളെ അതിജീവിച്ചവരുടെ അനുഭവങ്ങളാണ് എനിക്ക് പ്രചോദനം." ഈ കോഴിക്കോട്ടുകാരന്റെ ജീവിതം തലമുറകൾക്ക് ഒരു പാഠം.

1980 ൽ ആണ് സംഭവം: ഞാനും സ്നേഹിതൻ സമീറും ദുബായിലേക്ക് പോകാനുള്ള വിസയുടെ സാങ്കേതിക പ്രശ്നം കാരണം വിസക്ക് വേണ്ടി ആഴ്ചകളോളം മുംബെയിൽ കാത്ത് കിടന്ന കാലം.

ഒരു ജൂലൈ മാസത്തിലെ സായാഹ്നം. മുംബെ മുഹമ്മദലി റോഡിലെ സൽമാൻ സൂക്കിൽ ഞങ്ങൾ സംസാരിച്ചുകൊണ്ടിരിക്കുമ്പോഴാണ് ആ ചെറുപ്പക്കാരൻ ഞങ്ങൾക്കു നേരെ കടന്നുവന്നത്. ഏകദേശം മുപ്പത് വയസ്സ് പ്രായം. കീറിമുഷിഞ്ഞ പാന്റ്. ഒരു കാലിന്നു സ്വാധീനമില്ല. ഭവ്യതയോടെ ഞങ്ങളുടെ മുമ്പിൽ വന്നുനിന്നു ചോദിച്ചു.

"സാബ്, ഗർമെ സാഫ് സഫാഇ കർണകേ തൊ ഗർപെ ആകെ കരേഗ"

വീട് വൃത്തിയാക്കാനുണ്ടെങ്കിൽ വീട്ടിൽ വന്നു ചെയ്യാമെന്നാണ് അയാൾ പറയുന്നത്.

ചെറുപ്പക്കാരന്റെ വേഷവും ശരീരാകൃതിയും കണ്ട് മലയാളി ആണെന്നു മനസ്സിലാക്കി ഞാൻ ആയാളെ സ്നേഹപൂർവ്വം വിളിച്ചു.

"എന്താ പേർ?" അയാൾ പേരും നാടും പറഞ്ഞു. കോഴിക്കോട്ടുകാരനാണെന്നറിഞ്ഞപ്പോൾ കുടുംബവിശേഷങ്ങൾ അന്വേഷിച്ചു.

മൂസ്സ- അതാണയാളുടെ പേർ. കോഴിക്കോട്ടെ കടലോരപ്രദേശമായ മുഖദാർ എന്ന സ്ഥലത്താണ് വീട്. പിതാവ് കോഴിക്കോട് വലിയങ്ങാടിയിൽ ഒരു ചുമട്ടുതൊഴിലാളിയായിരുന്നു. ബാപ്പക്കു തൊഴിലിൽ മൂസ്സയെ തന്റെ പിൻഗാമി ആക്കാനായിരുന്നു ആഗ്രഹം. മൂസ്സക്കു മോഹം പഠിക്കണമെന്നും. ബാപ്പ മകന്റെ ആഗ്രഹത്തിന്നു എതിരുനിന്നില്ല. ചിത്രകലയോടായിരുന്നു മൂസ്സക്ക് ആഭിമുഖ്യം. മൂസ്സ പഠിച്ചു. ചിത്രകലയിൽ ഡിഗ്രി എടുത്തു. ബോംബെയിൽ ഉന്നത ജോലിയും ഉയർന്ന ശമ്പളവും കിട്ടുമെന്ന് പറഞ്ഞു കേട്ട് ബോംബെക്ക് ഒരു സ്നേഹിതന്റെ കൂടെ തീവണ്ടി കയറി. ബോംബെയിൽ എത്തിയപ്പോഴാണ് കാര്യങ്ങൾ പറഞ്ഞുകേട്ടത് പോലെയല്ലെന്ന് മനസ്സിലാവുന്നത്. കയ്യിലുള്ള കാശെല്ലാം തീർന്നു. കൂട്ടിക്കൊണ്ടുവന്ന സ്നേഹിതനും കൈവിട്ടു. ഇതിന്നിടയിൽ മൂസ്സയുടെ പിതാവ് മരണപ്പെട്ടു. കുടുംബത്തിന്റെ ബാദ്ധ്യതയും ഉത്തരവാദിത്തവും മൂസ്സയുടെ ചുമലിൽ. നാട്ടിലേക്ക് തിരിച്ചുപോകാനും വയ്യ. മുംബെയിൽ കിട്ടുന്ന ജോലി ചെയ്യാൻ തീരുമാനിച്ചു. ഹോട്ടൽ ബാർ വാല, വഴിവാണിഭക്കാരൻ, മറീന ബീച്ചിലെ കച്ചവടക്കാരൻ- അങ്ങിനെ അങ്ങിനെ... ഞാൻ ദുബായിലേക്ക് വരുമ്പോൾ മൂസ്സ മുംബെ ചോപ്പാട്ടി ബീച്ചിൽ വഴിവാണിഭം നടത്തുകയായിരുന്നു.

വർഷങ്ങൾ പിന്നിട്ടു. ഒരിക്കൽ ദുബൈയിൽ നിന്നു മുംബെയിൽ എത്തിയ ഞാനും ബോമ്പെ ടൈംസ് ലേഖകൻ വിനോദും മുംബെ ജൂഹു ബീച്ചിലൂടെ നടക്കുന്നതിന്നിടയിൽ പേർഷ്യൻ ശില്പ മാതൃകയിൽ പണിത കമനീയമായ ഒരു ബഹുനില കെട്ടിടം ശ്രദ്ധയിൽപെട്ടു. കെട്ടിടത്തിന്റെ ശില്പഭംഗി കാണാൻ എത്തിയ സഞ്ചാരികളുടെ തിരക്ക് ചുറ്റും. അതിന്നകത്ത് വില്പനക്കുവെച്ച വൈവിദ്ധ്യമാർന്ന കരകൗശല വസ്തുക്കൾ വാങ്ങാനും, ഈ കെട്ടിടത്തിനോടനുബന്ധമായി അത്യാധുനിക സംവിധാനങ്ങളോടുകൂടിയ ഒരു ഫോട്ടോഗ്രാഫിക് ഇൻസ്റ്റിറ്റ്യൂട്ടും നടത്തുന്നു. ഇതി

ന്റെ ഉടമതന്നെ സ്വയം തയാറാക്കിയ പ്രത്യേക ടെക്നോളജിയാണ് ഇവിടെ അഭ്യസിപ്പിക്കുന്നത്.

മൂസ്സസാഹിബിനെ- അങ്ങിനെയാണ് അദ്ദേഹത്തെ മുംബൈ നിവാസികൾ വിളിക്കുന്നത്. ഒരത്യപൂർവ്വ മനുഷ്യനായിട്ടാണ് വിനോദ് വിശദീകരിച്ചത്. ഇദ്ദേഹത്തിന്നു ഇതുപോലെ മഹാരാഷ്ട്ര, ഗുജറാത്ത് സംസ്ഥാനങ്ങളുടെ വിവിധ ഭാഗങ്ങളിലായി ഇരുപതോളം മാളുകൾ ഉണ്ടത്രെ.

മുംബൈയിൽ തെരുവ് കച്ചവടവും വീട്ട് വേലയും ചെയ്തു ജീവിച്ച അദ്ദേഹം ശതകോടീശ്വരനായി മാറിയതിന്നു പിന്നിലുള്ള സാഹസികത നമ്മെ അത്ഭുതപ്പെടുത്തുന്നു. കേന്ദ്ര-സംസ്ഥാന സർക്കാറുകളുടെ ബഹുമതികൾ നേടി എടുത്തതിന്റെയും. വിനോദിന്റെ വിശദീകരണം കേട്ടപ്പോൾ പ്രത്യേകിച്ച് മാളിന്റെ ഉടമ കോഴിക്കോട്ടുകാരനാണെന്നറിഞ്ഞപ്പോൾ അദ്ദേഹത്തെ നേരിൽ കാണണമെന്നു ആഗ്രഹം.

ഞാനും വിനോദും മൂസ്സസാഹിബിന്റെ ഓഫീസ്സിലേക്ക് ചെന്നു. പേർഷ്യൻ ശില്പഭംഗി കൊണ്ടലങ്കരിച്ച കമനീയമായ മുറി. അദ്ദേഹം സ്വയം പരിചയപ്പെടുത്തി. പേർ മൂസ്സ. കോഴിക്കോടാണ് സ്വദേശം. കോഴിക്കോട്ടെ കടലോരപ്രദേശമായ മുഖദാർ എന്ന സ്ഥലത്ത്. ഞാൻ പറഞ്ഞു: "ഞാനും മുഖദാറിന്നടുത്ത പള്ളിക്കണ്ടി നിവാസിയാണ്." ഇത് കേട്ടപ്പോൾ അദ്ദേഹം താല്പര്യപൂർവ്വം എന്റെ മുഖത്തേക്ക് നോക്കി. ആ മുഖം എവിടെയോ കണ്ട ഓർമ്മ. ഞാൻ ഓർമ്മയുടെ ഉറവിടം മനസ്സിൽനിന്ന് തോണ്ടി എടുക്കുകയായിരുന്നു.

ഇരുപത് വർഷങ്ങൾക്കുമുമ്പ് മുഹമ്മദലി റോഡിലെ സൽമാൻ സൂക്കിൽ ഇരിക്കുമ്പോൾ വീട് വൃത്തിയാക്കണമോ എന്നന്വേഷിച്ചു വന്ന ആ ചെറുപ്പക്കാരന്റെ മുഖം മനസ്സിൽ തെളിഞ്ഞു വരികയായിരുന്നു. ഞാൻ വളച്ചുകെട്ടില്ലാതെ കാര്യം അവതരിപ്പിച്ചു. "ഞാൻ താങ്കളെ ഏകദേശം പത്തിരുപത് കൊല്ലം മുമ്പ് കണ്ടതായി ഓർക്കുന്നു." "അതെങ്ങിനെ?" കാര്യം വിശദീകരിച്ചു പറഞ്ഞു: എല്ലാം ശ്രദ്ധിച്ചുകേട്ടു. അദ്ദേഹത്തിന്റെ മുഖത്ത് യാതൊരു ഭാവമാറ്റവുമില്ല. അല്പനേരത്തെ നിശ്ശബ്ദതക്കുശേഷം അദ്ദേഹം സംസാരിച്ചു തുടങ്ങി: എന്റെ ജീവിതം ഒരർത്ഥത്തിൽ സാഹസികയാത്രയാണ്. ആ കാലങ്ങളിൽ എത്രയോ ദിവസം പട്ടിണി കിട

ന്നിട്ടുണ്ട്. ബോംബെ തെരുവോരത്ത് കിടന്നുറങ്ങിയിട്ടുണ്ട്. ഭാവിയെക്കുറിച്ച് ശുഭപ്രതീക്ഷയും സ്വപ്നവുമുള്ളത്കൊണ്ട് കഠിനാദ്ധ്വാനവും ആത്മവിശ്വാസവും കൈവിട്ടില്ല. ജീവിതത്തിൽ വിജയിച്ചുവെന്നു ഞാൻ അഹങ്കരിക്കുന്നില്ല. സർക്കാർ രേഖ അനുസരിച്ച് ഞാനിന്ന് നൂറ്കോടി രൂപ ആസ്തിയുടെ ഉടമയാണ്. എന്റെ പ്രയത്നത്തെ അംഗീകരിച്ച് ഗുജറാത്ത്-മഹാരാഷ്ട്ര സർക്കാറുകളുടെയും കേന്ദ്ര സർക്കാറിന്റെയും നിരവധി ബഹുമതികളും പുരസ്കാരങ്ങളും ലഭിച്ചിട്ടുണ്ട്. പ്രതികൂല സാഹചര്യങ്ങളെ അതിജീവിച്ചവരുടെ ജീവിതമാണ് എനിക്കു പ്രചോദനം. പരിശ്രമിച്ചാൽ ആർക്കും എന്തുമാവാമെന്നും അദ്ധ്വാനത്തിന്റെ സംതൃപ്തിയാണ് ജീവിതമെന്നും അനുഭവങ്ങൾ എന്നെ പഠിപ്പിച്ചു. എ.പി.ജെ. അബ്ദുൽകലാമിന്റെ വാക്കുകളും അന്ധയും ബധിരയുമായ ഹെലൻ കെല്ലറുടെ ജീവിതവുമാണ് എനിക്കു വഴികാട്ടി. നാട്ടിൽനിന്നു ചിത്രകലയിൽ സമ്പാദിച്ച ബിരുദവും മുംബെ മഹാലക്ഷ്മി സ്റ്റുഡിയോവിൽ നിന്നു കരസ്ഥമാക്കിയ അറിവും സംയോജിപ്പിച്ച് ഫോട്ടോഗ്രാഫിയിൽ ഒരു പുതിയ ടെക്നോളജി ആവിഷ്ക്കരിച്ചു എന്നതാണ് എനിക്ക് ലഭിച്ച ബഹുമതികൾക്കെല്ലാം നിദാനം. എന്റെ അറിവ് സ്വകാര്യസ്വത്താക്കി സൂക്ഷിക്കുകയല്ല തലമുറകൾക്ക് പകർന്നു നൽകുകയാണ് ഞാനിപ്പോൾ ചെയ്തുകൊണ്ടിരിക്കുന്നത്, അവർക്ക് ജീവിതോപാധിയാക്കാൻ. മഹാരാഷ്ട്രയിലും ഗുജറാത്തിലുമെല്ലാം പ്രവർത്തിച്ചുകൊണ്ടിരിക്കുന്ന മാളുകൾ എന്റെ ആ സംരംഭത്തിന്റെ തുടക്കമാണ്. എന്റെ ടെക്നോളജി പുതിയ വ്യവസായ സംരംഭകർക്ക് ഏറെ സഹായകമാകുമെന്നാണ് ഞാൻ പ്രതീക്ഷിക്കുന്നത്.

ഞങ്ങൾ മണിക്കൂറുകളോളം സംസാരിച്ചു. ഉച്ചഭക്ഷണം കഴിച്ചേ അദ്ദേഹം ഞങ്ങളെ വിട്ടുള്ളൂ. കോഴിക്കോട്ടെ ആതിഥ്യരീതി അദ്ദേഹം മറന്നിട്ടില്ല. സ്വാദിഷ്ടമായ ആതിഥ്യംപോലെ ഹൃദ്യമായ വിഭവങ്ങളും.

കേരളത്തിൽ നിന്നു തൊഴിൽതേടി ബോംബെയിലെത്തിയ ഒരു ചെറുപ്പക്കാരൻ ആത്മവിശ്വാസത്തിലൂടെയുള്ള പരിശ്രമത്തിലൂടെ കോടീശ്വരനായി എന്നത് മാത്രമല്ല അഭ്യസ്തവിദ്യരായ ആയിരക്കണക്കിന് യുവാക്കൾക്ക് തൊഴിൽ ലഭിക്കാൻ സഹായകമാകുന്ന ഒരു ടെക്നോളജിയുടെ ഉപജ്ഞാതാവായി മാറി എന്നതിനാ

ണ് അദ്ദേഹത്തോട് എനിക്ക് ബഹുമാനംതോന്നിയത്. നിശ്ചയദാർഢ്യവും ഇച്ഛാശക്തിയും കൈവിടാതെ കഠിനാദ്ധ്വാനത്തിലൂടെ ഏത് പ്രതിസന്ധിയും അതിജീവിക്കാമെന്നു മൂസ്സയുടെ ജീവിതം നമ്മെ പഠിപ്പിക്കുന്നു.

നൂറ് കഴിഞ്ഞിട്ടും തളരാതെ!

ഗൾഫ് നാടുകളിലെ കാർഷിക വിപ്ലവത്തെക്കുറിച്ച് പഠിക്കാൻ കേരളത്തിൽ നിന്നെത്തിയ പഠനസംഘത്തോടൊപ്പം യാത്രചെയ്യാൻ ഒരവസരം ലഭിച്ചു.

ഗൾഫ് നാടുകളിലെ 'ഹരിതവിപ്ലവം' കാർഷിക രാജ്യങ്ങളെപ്പോലും ഇന്നു വിസ്മയിപ്പിക്കുന്നു. ഇത് സംബന്ധിച്ച് പഠിക്കാനെത്തിയ ആസ്ത്രേലിയ, ഡൻമാർക്ക്, സ്വീഡൻ തുടങ്ങിയ രാജ്യങ്ങളിൽ നിന്നുള്ള സംഘം രേഖപ്പെടുത്തിയതിങ്ങനെ: "എണ്ണയുടെ വരുമാനത്തേക്കാൾ കാർഷിക മേഖലയിൽ നിന്നുള്ള സമ്പാദ്യമായിരിക്കും ഇനിയുള്ള കാലങ്ങളിൽ ഗൾഫ് നാടുകളെ സുരക്ഷിതമാക്കുക. ഗൾഫിലെ ഈ മാറ്റങ്ങൾ ലോകത്തിന്ന് മാതൃകയാണ്."

കേരളവുമായി താരതമ്യപ്പെടുത്തുമ്പോൾ ഗൾഫ് നാടുകളിൽ കൃഷിക്ക് യാതൊരു സൗകര്യവുമില്ല. പുറം രാജ്യങ്ങളിൽ നിന്നുള്ള മണ്ണും വളവും ഉപയോഗിച്ചാണ് ഇവിടെ കൃഷി നടത്തുന്നത്. ഒരു എണ്ണരാജ്യം കൃഷിയിലേക്കുള്ള മാറ്റത്തെക്കുറിച്ച് ചിന്തിക്കാനുണ്ടായ കാരണം ബഹറൈനിലെ സാമ്പത്തിക വിദഗ്ദ്ധനായ ഡോ: അബ്ദുറഹിമാൻ അൽമാലിക്ക് വിശദീകരിക്കുന്നു: 1985-86ൽ ഉണ്ടായ എണ്ണ വിലയിടിവ് പശ്ചിമേഷ്യൻ സാമ്പത്തിക രംഗത്തെയും ജനജീവിതത്തെയും തളർത്തി. പല എണ്ണരാജ്യങ്ങളും ഉല്പാദനം കുറച്ചു. ഇതോടൊപ്പംതന്നെ എണ്ണക്കു തുല്യമായ മറ്റൊരു ഇന്ധനം കണ്ടുപിടിക്കുന്നതിനെക്കുറിച്ച് പാശ്ചാത്യ രാജ്യങ്ങൾ ചിന്തിച്ചുതുടങ്ങി. ഇന്ധനം ഒഴിവാക്കിക്കൊണ്ടുള്ള വിമാനങ്ങളുടെയും വാഹനങ്ങളുടെയും നിർമ്മാണത്തെക്കുറിച്ചുപോലും അവർ ചർച്ച ചെയ്തു. അറബ് നാടുകളിൽ ആശങ്ക പരന്നു. ഈ പ്രതിസന്ധിക്ക് ഭരണാധികാരികൾ പുതിയ മാർഗ്ഗങ്ങൾ ആരാഞ്ഞു.

സാമ്പത്തിക വിദഗ്ധരുടെ ഉപദേശം തേടി. കാർഷികരംഗത്ത് കൂടുതൽ ശ്രദ്ധ കേന്ദ്രീകരിക്കാൻ അറബ് ഭരണാധികാരികളെ പ്രേരിപ്പിച്ചത് ഈ ഉപദേശങ്ങളാണ്.

ഗൾഫ് നാടുകൾ സന്ദർശിച്ച അഗ്രികൾച്ചർ റിസർച്ച് ഫൗണ്ടേഷൻ ഭാരവാഹികൾ ഇവിടത്തെ കാർഷിക പുരോഗതിയെക്കുറിച്ച് രേഖപ്പെടുത്തിയ അഭിപ്രായം: സുൽത്താനൈറ്റ് ഓഫ് ഒമാനിലെ സലാല, യുനൈറ്റഡ് അറബ് എമിറേറ്റ്സിലെ ഖൂർഫക്കാൻ എന്നിവിടങ്ങളിൽനിന്നു കൃഷിചെയ്തെടുത്ത ഉൽപ്പന്നങ്ങൾ അന്തർദേശീയ കാർഷിക മത്സരത്തിൽ സമ്മാനം നേടിയതിനേക്കാൾ തൂക്കം വരുമെന്നത് ഞങ്ങളെ അത്ഭുതപ്പെടുത്തി. ലോകത്തിലെ പ്രമുഖ കാർഷിക രാജ്യങ്ങളുടേത് മാത്രമാണെന്നു ധരിച്ചിരുന്ന വിഭവങ്ങളും നാണ്യവിളകളും ഈ മണ്ണിൽ സുലഭമായി വളരുന്നത് യുനൈറ്റഡ് അറബ് എമിറൈറ്റ്സിലെ റാസൽഖൈമ, ദിബ്ബ, ഖൽബ, ഫുജീറ തുടങ്ങിയ സ്ഥലങ്ങളിലൂടെ കടന്നുപോകുമ്പോൾ നമുക്ക് കാണാം.

ഗൾഫ് നാടുകളിലെ എല്ലാ പ്രധാന കാർഷികമേഖലകളും ഞങ്ങൾ സന്ദർശിച്ചു. പച്ചപ്പ് നിറഞ്ഞ ഒരു പ്രദേശമാണ് സുൽത്താനൈറ്റ് ഓഫ് ഒമാനിലെ സലാല. നിരന്നുനിൽക്കുന്ന തെങ്ങിൻതോപ്പുകളും പച്ചക്കറിത്തോട്ടങ്ങളും സലാലയെ 'കേരള'മാക്കി മാറ്റുന്നു. ഗൾഫ്നാടുകൾ സന്ദർശിച്ച പ്രമുഖ സഞ്ചാര സാഹിത്യകാരൻ ശ്രീ. എസ്.കെ.പൊറ്റക്കാട് സലാലയെക്കുറിച്ച് രേഖപ്പെടുത്തിയതിങ്ങനെ: സുൽത്താനൈറ്റ് ഓഫ് ഒമാനിലെ മനോഹരമായ ഒരു കാർഷിക കേന്ദ്രമാണ് അറബിക്കടലിനോട് ചേർന്നുകിടക്കുന്ന സലാല. കേരളത്തെ ഓർമ്മിപ്പിക്കുന്ന ഒരു ഹരിത തീരം. പഴത്തോട്ടങ്ങൾ, തിങ്ങിനിറഞ്ഞുനിൽക്കുന്ന കേരവൃക്ഷങ്ങൾ, കേരളത്തിലെ കാലാവസ്ഥ, ഭൂപ്രകൃതി. മലബാറിലെ ഒരു ഗ്രാമത്തിൽ നിൽക്കുന്ന പ്രതീതി. കേരളവുമായി സലാലക്കുള്ള ബന്ധങ്ങൾ നിരവധിയാണെന്നു ഇവിടത്തെ പഴമക്കാരുമായി സംസാരിച്ചപ്പോൾ മനസ്സിലായി. ഹിജ്റ പതിമൂന്നാം നൂറ്റാണ്ടിന്റെ അന്ത്യത്തിൽ ഒരു കേരളീയൻ ഇവിടെ ഭരണം നടത്തിയതായി ചരിത്രം പറയുന്നു."

റോഡിന്റെ ഇരുവശവും കെട്ടിയുയർത്തിയ വെജിറ്റബിൾ പവലിയനുകളാണ്. സലാലയിലെ സവിശേഷമായ കാഴ്ച. ഈത്തപ്പനയോലകൊണ്ട് മെടഞ്ഞെടുത്ത കൊച്ചുകൊട്ടകളിൽ ഇവിടെ പഴ

ങ്ങളും പച്ചക്കറികളും വില്പനക്കു വെച്ചിരിക്കുന്നു. വില്പനക്കാർ ഏറെയും സ്ത്രീകൾ. പീലിവിടർത്തിയാടുന്ന പച്ചോലകൾക്കിട യിലൂടെ ഞങ്ങൾ സഞ്ചരിച്ചു.

ഗൾഫിലെ മറ്റൊരു പ്രധാന കാർഷികമേഖലയാണ് യുണൈറ്റ ഡ് അറബ് എമിറേറ്റ്സിലെ അലൈൻ. പൂന്തോട്ടങ്ങളുടെ നഗരി എന്നാണ് അലൈൻ അറിയപ്പെടുന്നത്. മരുപ്പച്ചയുടെ ശീതളച്ഛായ യിൽ സ്വച്ഛമായി ദിനരാത്രങ്ങൾ കഴിച്ചുകൂട്ടാവുന്ന ഒരു സുഖവാ സകേന്ദ്രം. മരുഭൂമിയിലെ മരതകപ്പച്ചയണിഞ്ഞ ഒരു കൊച്ചുപ്രദേ ശം. പതിമുവ്വായിരം ചതുരശ്ര കിലോമീറ്റർ കൃഷിയിടം അലൈ നിൽ പടർന്നുകിടക്കുന്നു.

കൃഷിയിൽ സ്വയംപര്യാപ്തി നേടിയ ഗൾഫിലെ മറ്റൊരു രാ ജ്യമാണ് ഖത്തർ. ഖത്തറിലെ കാർഷിക മേഖലയായ അൽഖൂറിൽ രണ്ടായിരം ഏക്കർ കൃഷിപ്പാടങ്ങളാണ്. പശ്ചിമേഷ്യയിലെ പ്രധാ ന കാർഷിക കേന്ദ്രങ്ങളിൽ ഒന്നാണ് ഈ പ്രദേശം. തുർക്കി, ഈ ജിപ്ത്, ഇറാഖ് തുടങ്ങിയ രാജ്യങ്ങളിലേക്ക് ഇവിടെനിന്നു കാർ ഷികോൽപ്പന്നങ്ങൾ കയറ്റി അയക്കുന്നു. ലോകത്തിലെ പ്രധാന കാർഷികരാജ്യങ്ങളെ മാതൃകയാക്കി വളരെ ശാസ്ത്രീയമായി സം വിധാനം ചെയ്തവയാണ് കുവൈത്തിലെ ജഗറൈൻ, വാഫ്ര എ ന്നീ കാർഷിക മേഖലകൾ. വത്തക്ക, കക്കിരി, ഉറുമാമ്പഴം, മുന്തി രി, മാമ്പഴം, പാവക്ക തുടങ്ങിയവയാണ് ഇവിടത്തെ പ്രധാന കൃ ഷി. മറ്റ് ഗൾഫ് രാജ്യങ്ങളെ അപേക്ഷിച്ച് വളരെ ആസൂത്രിതവും ശാസ്ത്രീയവുമായ രീതിയിലാണ് തോട്ടങ്ങളോരോന്നും സജ്ജീ കരിച്ചിട്ടുള്ളത്. ഇവിടത്തെ പ്രധാന തോട്ടത്തിന്റെ ഉടമ പത്തനം തിട്ട സ്വദേശി സബാസ്റ്റ്യനുമായി പരിചയപ്പെട്ടു ഏറെനേരം സം സാരിച്ചു. അദ്ദേഹം കുവൈത്തിൽ വന്നിട്ട് അരനൂറ്റാണ്ടോളമായി. യാത്രാരേഖകളൊന്നുമില്ലാതെ ലോഞ്ചിൽ എത്തിയ സബാസ്റ്റ്യൻ ഒരു അറബിയുടെ ഈത്തപ്പഴത്തോട്ടത്തിലെ ജോലിക്കാരനായി ട്ടാണ് ജീവിതം തുടങ്ങിയത്. ഇന്നു അദ്ദേഹത്തിന്നു ഗൾഫ് നാടു കളിൽ അഞ്ഞൂറ് ഏക്കർ തോട്ടങ്ങളുണ്ട്. കൃഷി എങ്ങനെ ലാഭകര മായ വ്യവസായമാക്കാമെന്നു ഗൾഫ് ജനതയെ പഠിപ്പിച്ച ഈ മല യാളിയെ കുവൈത്ത് ഭരണകൂടം "കാർഷികരത്ന" പുരസ്കാരം നൽകി ആദരിച്ചു.

സഊദി അറേബ്യയിലെ പ്രധാന കാർഷിക കേന്ദ്രങ്ങളായ ബു

റൈദ, അബഹ, വാദിവാസൽ, അൽഖൈറജ് എന്നീ സ്ഥലങ്ങളിലെ കൃഷിത്തോട്ടങ്ങളിൽ ഞങ്ങൾ അഞ്ചു ദിവസത്തോളം താമസിച്ചു. തോട്ടത്തിലെ ജോലിക്കാർ എല്ലാം മലയാളികൾ, മലപ്പുറം ജില്ലക്കാർ. തോട്ടം ഉടമകളായ അറബികളും ജീവനക്കാരോടൊപ്പം ജോലിചെയ്യുന്നു. സമയക്കുറവ് കാരണം ബഹറൈൻ സന്ദർശനം ഞങ്ങൾ ഒരു ദിവസത്തിൽ ഒതുക്കി. ഇവിടത്തെ ബുദയ്യ, ജിദാരി എന്നീ സ്ഥലങ്ങളിലെ കൃഷിത്തോട്ടങ്ങൾ സംരക്ഷിക്കുന്നതും ഉല്പന്നങ്ങൾ സംഭരിച്ചുവെക്കുന്നതുമായ രീതി വളരെ ആകർഷകമാണ്. ഗൾഫ് നാടുകളിലെ മറ്റു കാർഷിക കേന്ദ്രങ്ങളെ അപേക്ഷിച്ച് കൂടുതൽ തൊഴിലാളികൾ ജോലിചെയ്യുന്നതും ഇവിടെയാണ്.

ഗൾഫ് നാടുകളിൽ കാർഷികരംഗത്ത് വന്നുകൊണ്ടിരിക്കുന്ന മാറ്റങ്ങൾക്ക് കർഷകർ വഹിക്കുന്ന പങ്ക് മനസ്സിലാക്കണമെങ്കിൽ ഗ്രാമങ്ങളിലൂടെ സഞ്ചരിക്കണം. ഓരോ വീട്ടിന്നു ചുറ്റും കായ്കനികൾ നിറഞ്ഞുനിൽക്കുന്ന കൃഷിത്തോട്ടങ്ങൾ. ഒരു മരുഭൂമിയിലൂടെയാണു യാത്ര ചെയ്യുന്നതെന്നു നമുക്കൊരിക്കലും തോന്നില്ല. ദൂരെയുള്ള അരുവികളിൽ നിന്നു തോടുകീറി വെള്ളം എത്തിച്ചാണ് ഈ മരുപ്പറമ്പുകൾ കൃഷിയോഗ്യമാക്കുന്നത്. വീട്ടിലേക്കാവശ്യമായ പഴങ്ങളും പച്ചക്കറികളും മാറ്റിവെച്ച് ബാക്കി വില്പന നടത്തുന്നു. വില്പനക്കു അവർക്ക് മാർക്കറ്റിലേക്ക് പോകേണ്ടതില്ല. ഹോർട്ടികൾച്ചർ വകുപ്പ് വണ്ടി വീട്ടുപടിക്കലെത്തും. പച്ചക്കറി സാധനങ്ങൾ തൂക്കി എടുത്ത് കാശ് കൊടുക്കും. വീട്ടിലേക്കാവശ്യമായ ധാന്യങ്ങളും നിത്യോപയോഗ സാധനങ്ങളും പലവ്യഞ്ജനങ്ങളുമെല്ലാം ഡിപ്പാർട്ടുമെന്റ് വണ്ടിയിലുണ്ടായിരിക്കും. ആവശ്യക്കാർക്ക് വാങ്ങാം, ഹോൾസെയിൽ വിലയിൽ.

ഗൾഫ് നാടുകളിൽ ഇന്നു ആയുർവ്വേദ ഗ്രാമങ്ങളും ഔഷധത്തോട്ടങ്ങളും സുലഭമായി വളർന്നുകൊണ്ടിരിക്കുന്നത് കേരളവുമായി ഈ നാട്ടിന്റെ ചിരകാല ബന്ധങ്ങളുടെ തുടർച്ചയാണ്. ഈ ആയുർവ്വേദ ഗ്രാമങ്ങളുടെ ശില്പികളെല്ലാം കേരളീയരാണ്. ഈ ഔഷധത്തോട്ടത്തിലെ ചെടികളെല്ലാം കേരളത്തിൽ നിന്നു എത്തിച്ചേർന്നവ. കീടനാശിനികളോ രാസപദാർത്ഥങ്ങളോ ഇവിടെ ഉപയോഗിക്കാറില്ല. 'കൃഷി പുഷ്ടിപ്പെടുത്താനുള്ള മരുന്നുകളുമായി വന്ന ഒരു ചൈനീസ് സംഘത്തെ സഊദിയിലെ ഒരു തോട്ടം ഉടമ

കർശനമായി താക്കീത് ചെയ്തുവിട്ടു. "ഇത്തരം സാധനങ്ങളുമായി ഇനി ഇവടെ വന്നുപോകരുത്".

ഒരു മാസം നീണ്ട ഗൾഫ് യാത്രയിൽ എന്നെ അത്ഭുതപ്പെടുത്തിയത് ഇവിടത്തെ നിവാസികളുടെ ആരോഗ്യമാണ്. നൂറ് കഴിഞ്ഞിട്ടും തളരാതെ ഇരുകൈകളിലും ഊന്നുവടിയുമായി യാത്ര ചെയ്യുന്നവർ. ഭക്ഷണം ഒരാളുടെ ആരോഗ്യത്തെയും പ്രതിരോധത്തെയും എത്രത്തോളം സ്വാധീനിക്കുന്നുവെന്നു മനസ്സിലാക്കിയത് ഇവിടെനിന്നാണ്.

യു.എ.ഇ.യിലെ പ്രമുഖ ഡോക്ടറും മന:ശാസ്ത്ര വിദഗ്ദ്ധനുമായ ഹുസൈൻ അബ്ദുല്ലയോട് ഞാൻ ചോദിച്ചു: അറബികളുടെ ആരോഗ്യത്തിന്റെയും ദീർഘായുസ്സിന്റെയും രഹസ്യമെ ന്താണ്?" ഡോക്ടറുടെ മറുപടി: "അവർ കഴിക്കുന്ന ഭക്ഷണം, ഭക്ഷണരീതി, ജീവിതശൈലി, ജീവിത വീക്ഷണം തുടങ്ങിയ കാര്യങ്ങൾ എല്ലാവർക്കും മാതൃകയാണ്. രക്തസമ്മർദ്ദം, പ്രമേഹം, വൃക്ക- ഹൃദയ സംബന്ധമായ രോഗങ്ങൾ, അർബ്ബുദം തുടങ്ങിയവ അറബികളിൽ അപൂർവ്വമായേ കണ്ടിട്ടുള്ളു.

ഇനി അവരുടെ ഭക്ഷണരീതി പരിശോധിക്കാം. പൂർണ്ണമായും

ഗൾഫ് വ്യൂസ് ആരോഗ്യസ്പെഷ്യലിൽ അറബികളുടെ ആരോഗ്യ രഹസ്യം എന്ന ലേഖനത്തിലെ ചിത്രങ്ങൾ ആസ്വദിക്കുന്ന ഷെയ്ക്ക് ഹാമിദ് അൽ ഹുമൈദി

ജൈവരീതിയിൽ കൃഷി ചെയ്തെടുത്ത പച്ചക്കറികളും പഴങ്ങളുമാണ് അവർ കഴിക്കുന്നത്. ഭക്ഷണത്തിൽ വലിയഭാഗം ഔഷധഗുണമുള്ള പച്ചിലകളായിരിക്കും. നമ്മൾ കേരളീയർ ചായ കഴിക്കുന്നതിന്നു പകരം കറാമ്പു, കറുവപ്പട്ട, തുളസിയില, ഇഞ്ചി, മഞ്ഞൾ തുടങ്ങിയവ ചേർത്ത് തയ്യാറാക്കുന്ന 'കഹവ' ആണ് അറബികളുടെ ഇഷ്ടപ്പെട്ട പാനീയം. ഭക്ഷണത്തോടൊപ്പം അവർ സ്ഥിരമായി ഉപയോഗിച്ചുവരുന്ന ഈത്തപ്പഴം, ചെറുനാരങ്ങനീർ, മഞ്ഞൾ, കരിഞ്ചീരകം, തേൻ തുടങ്ങിയവയെല്ലാം നമ്മുടെ പ്രതിരോധശക്തി വർദ്ധിപ്പിക്കുന്ന ഘടകങ്ങളാണ്.

ഗൾഫ് നാടുകളിൽ തൊഴിൽ തേടിയെത്തിയ മലയാളികളുടെ ആരോഗ്യസംരക്ഷണത്തിന് കൂടുതൽ ഉന്നലും ശ്രദ്ധയും നൽകിയതിനുള്ള ഇന്റോ അറബ് കോൺഫഡറേഷൻ കൗൺസിൽ പുരസ്കാരം ഇറാംഗ്രൂപ്പ് ചെയർമാൻ ഡോ. സിദ്ധീഖ് അഹമ്മദ് ഏറ്റുവാങ്ങുന്നു.

കുടുംബാംഗങ്ങൾ ഒന്നിച്ചുചേർന്നു ഓരോ ഗോത്രങ്ങളുടെയും പരമ്പരാഗതമായ കളി ഒരു മണിക്കൂറെങ്കിലും അഭ്യസിക്കുന്നത് വീടുകളിൽ പതിവാണ്. ഒന്നുരണ്ട് കാര്യങ്ങൾ കൂടി ഡോ: ഹുസൈൻ സൂചിപ്പിച്ചു: ഞാൻ ധാരാളം അറബികളെ ചികിത്സിക്കാറുണ്ട്. അവരുടെ പെരുമാറ്റത്തിലോ സംസാരത്തിലോ മാനസിക സംഘർഷം ഒട്ടും കാണാറില്ല. "സ്രഷ്ടാവ് എന്ത് നൽകുന്നു. അത് സ

ന്തോഷത്തോടെ സ്വീകരിക്കുക. അതിന്നു നന്ദി രേഖപ്പെടുത്തുക; ഇതാണ് അറബികളുടെ ജീവിതവീക്ഷണം".

ബന്ധുക്കളും അയൽവാസികളും പരസ്പരം പുലർത്തുന്ന സൗഹൃദം, ബന്ധുവീടുകളിൽ സ്ഥിരമായി സന്ദർശനം നടത്തുന്ന പതിവ്, മുതിർന്നവർക്ക് കുടുംബത്തിലും സമൂഹത്തിലും നൽകുന്ന ആദരവ് ഇവയെല്ലാം ഇവർക്ക് മാനസികവും അതുവഴി ശാരീരികവുമായ ഊർജ്ജം നൽകുന്ന ഘടകങ്ങളാണ് ഒരു മന:ശാസ്ത്ര വിദഗ്ധൻ കൂടിയായ ഡോക്ടർ ഹുസൈൻ അഭിപ്രായപ്പെട്ടു.

കേരളത്തിലെ പഠനസംഘത്തോടൊപ്പം ഒരു മാസക്കാലം ഗൾഫ് നാടുകളിൽ നടത്തിയ സന്ദർശനത്തിൽ അറബ് ജനതയിൽ നിന്നു നമുക്ക് ഏറെ പഠിക്കാനും മാതൃകയാക്കാനുമുണ്ടെന്നു മനസ്സിലായി. യാത്ര കഴിഞ്ഞ് തിരിച്ചുവരുമ്പോൾ എന്റെ മനസ്സിൽ തറച്ചുനിന്നത് നൂറു കഴിഞ്ഞിട്ടും തളരാതെ ഇരു കൈകളിലും ഊന്നുവടിയുമായി മരുഭൂമിയിലൂടെ യാത്രചെയ്യുന്ന അറബി വയോധികരുടെ ചിത്രങ്ങളായിരുന്നു.

അജ്മാനിലെ ഒരു സംഗീതരാവ്

മാപ്പിളപ്പാട്ട് പാടാനായി മാത്രം സംഗീത പ്രേമികളുടെ ആവശ്യപ്രകാരം ഏറ്റവും അധികം തവണ, കൃത്യമായി പറഞ്ഞാൽ 453 പ്രാവശ്യം കടൽ കടന്ന സംഗീത മാന്ത്രികനാണ് എരഞ്ഞോളി മൂസ്സ. പന്ത്രണ്ടാം വയസ്സിൽ സംഗീത ലോകത്തേക്ക് കടന്നുവന്ന അദ്ദേഹം അറുപത് വർഷക്കാലം തുർച്ചയായി പാടി സംഗീതലോകത്തെ ചക്രവർത്തിയായി. നാട്ടിൽ ജീവിതായോധനത്തിന്നു വേണ്ടി ചുമടെടുത്ത് നടന്ന അദ്ദേഹം ആകാശവാണിയിലൂടെ പാട്ടുകാരനായി മാറി. പിന്നീട് പതിനായിരങ്ങളുടെ ഹരമായിത്തീർന്നു.

ഞാൻ അജ്മാനിൽ ഉണ്ടായിരുന്ന കാലം; അജ്മാൻ കൾച്ചറൽ ഫൗണ്ടേഷൻ ചെയർമാൻ സാലം ഉബൈദിന്റെ ക്ഷണപ്രകാരം അദ്ദേഹത്തിന്റെ വീട്ടിലേക്ക് ഈദ് ആശംസകളുമായി എരഞ്ഞോളി മൂസ്സയും ഞാനും കടന്നുചെന്നു.

അജ്മാനിലെ പ്രമുഖ വ്യാപാരി കൂടിയാണ് സാലം ഉബൈദ്. ജനിച്ചത് അജ്മാനിലാണെങ്കിലും കുറേക്കാലം കോഴിക്കോട്ട് ജീവിച്ചിട്ടുണ്ട്. ഞങ്ങളെ ഹാർദ്ദപൂർവ്വം സ്വീകരിച്ചിരുത്തുമ്പോൾ അദ്ദേഹം പറഞ്ഞു: "സത്യത്തിന്റെ നഗരമായ കോഴിക്കോടുമായി എനിക്ക് പറിച്ചെറിയാൻ കഴിയാത്ത ബന്ധമുണ്ട്."

സാലമിന്നു പത്തു വയസ്സുള്ളപ്പോൾ മാതാവ് മരിച്ചു. പിതാവ് കച്ചവടാവശ്യാർത്ഥം കോഴിക്കോട്ട് പോകുമ്പോഴെല്ലാം മകനെ കൂടെ കൊണ്ടുപോകും. ഇതിന്നിടെ സാലമിന്റെ പിതാവ് കോഴിക്കോട്ട് ഒരു വിവാഹം ചെയ്തു. സാലം കുറച്ചു കാലം ഇളയുമ്മയുടെ കൂടെ കോഴിക്കോട്ട് താമസിച്ചു. മലയാളം പഠിച്ചു.

സാലം ഇന്നും മലയാളം മറന്നിട്ടില്ല. അദ്ദേഹം പറഞ്ഞു: "എളയുമ്മ ഒരു സ്കൂൾ അദ്ധ്യാപികയായിരുന്നു. ഒരു ഗായികയും. സ്വന്തം മകനെപ്പോലെയാണ് അവർ എന്നെ വളർത്തിയത്. അവരിൽ

നിന്നാണ് മാപ്പിളപ്പാട്ടിനോടുള്ള ആഭിമുഖ്യം ലഭിച്ചത്. ഈ താല്പര്യം എന്റെ മക്കൾക്കും പകർന്നുകൊടുത്തിട്ടുണ്ട്."

ഞങ്ങൾ സംസാരിച്ചുകൊണ്ടിരിക്കെ ഒരു കുട്ടി മുറിയിലേക്ക് കടന്നുവന്നു. ഈദ് ആശംസകൾ നേർന്നു. സാലമിന്റെ രണ്ടാമത്തെ മകൻ യൂസുഫ്. അറബി ആചാരപ്രകാരം സാലം മകന്ന് എരഞ്ഞോളി മൂസ്സയെയും എന്നെയും പരിചയപ്പെടുത്തി. അദ്ദേഹം മകനോട് ഒരു മലയാള ഗാനം ആലപിക്കാൻ ആവശ്യപ്പെട്ടു. മുറിയുടെ ഒരു ഭാഗത്ത് വെച്ച വയലിൻ എടുത്ത് പത്ത് വയസ്സുകാരൻ മോയിൻകുട്ടി വൈദ്യരുടെ ബദറുൽ മുനീർ ഹുസനുൽജമാലിലെ ഗാനങ്ങൾക്ക് ജീവൻ നല്കി.

യൂസുഫിന്റെ ഗാനം അവസാനിച്ച ശേഷം ഞങ്ങളുടെ മുമ്പിൽ പെരുന്നാൾ വിഭവങ്ങൾ നിരന്നു. അറബി പലഹാരങ്ങൾക്കൊപ്പം മലബാർ പത്തിരി, കോഴിക്കറി, ചുട്ടതും കരിച്ചതും പൊരിച്ചതുമായ മത്സ്യം, ലോകത്തിന്റെ വിവിധ ഭാഗങ്ങളിലെ പഴങ്ങൾ, ഈത്തപ്പഴത്തിന്റെ ചാറ്- ഹൃദ്യമായ ആതിഥ്യം പോലെ സ്വാദിഷ്ടമായിരുന്നു വിഭവങ്ങളും.

ഭക്ഷണത്തിന്നു ശേഷം സാലംഉബൈദിന്റെ അഭ്യർത്ഥന

പ്രകാരം എരഞ്ഞോളി മൂസ്സ ഗാനാലാപനം തുടങ്ങി. പ്രസിദ്ധ ഗാനരചയിതാവ് പി.ടി.അബ്ദുറഹിമാൻ എഴുതിയ- 'മിഅ്റാജ് രാവിലെ കാറ്റേ, മരുഭൂ തണുപ്പിച്ച കാറ്റേ' എന്ന ഗാനത്തോടെയാണ് മെഹഫിലിന്നു ഹരിശ്രീ കുറിച്ചത്. ഈദ് പ്രമാണിച്ച് സാലമിന്റെ മജ്ലിസിൽ എത്തിച്ചേർന്ന അറബി പ്രമുഖരും കുടുംബാംഗങ്ങളും ആ സംഗീതസാന്ദ്രമായ നിമിഷങ്ങളിൽ മുഴുകി. ആതിഥേയന്റെ പുത്രകളത്രാദികൾ ഒന്നടങ്കം ആഘോഷത്തിൽ പങ്കുചേർന്നു കയ്യടിച്ചാസ്വദിച്ചു. ആ കൊച്ചു കൂട്ടായ്മയുടെ ആവശ്യപ്രകാരം ചെമ്പകപ്പൂതേനിതളധരം, മാണിക്യമലരായ പൂവി, കെട്ടുകൾ മൂന്നും കെട്ടി, മണിമുത്ത് രാജാത്തി, മൈലാഞ്ചി കരംകൊണ്ട് മുഖം മറച്ച്, അസർമുല്ല മണം വീശും, കാഫ്മല കണ്ട പൂങ്കാറ്റെ, അപ്പങ്ങളെമ്പാടും ചുട്ടമ്മായി, മലബാർ മക്കാനി തുടങ്ങിയ പത്തോളം ഹിറ്റ് ഗാനങ്ങൾ ആ രാവിനെ ഹയാത്താക്കി.

മെഹ്ഫിലിന്നു ശേഷം മജ്ലിസിൽ പുരാതന അറബ് നൃത്തമായ 'ലിവ' അരങ്ങേറി. മലബാറിൽ നിന്നു കുടിയേറിയ കലാരൂപമാണ് 'ലിവ' എന്നു ചരിത്രകാരന്മാർ അഭിപ്രായപ്പെടുന്നു. വടക്കെ മലബാറിലെ കൈകൊട്ടിക്കളിയുമായി 'ലിവ' നൃത്തത്തിന്നു വളരെ സാദൃശ്യം കാണാം.

പരിപാടി കഴിഞ്ഞ് യാത്ര പറഞ്ഞിറങ്ങുമ്പോൾ സാലം ഉബൈദ് മൂസ്സക്കയെ ആശ്ലേഷിച്ചുകൊണ്ടു പറഞ്ഞു: "മിഅ്റാജ് രാവിലെ കാറ്റ് മാത്രമല്ല മൂസ്സയുടെ കൂറ്റും മരുഭൂമിയെ തണുപ്പിച്ചു. സർവ്വശക്തൻ അനുഗ്രഹിച്ചു നൽകിയ ശബ്ദം. ഹൃദയംകൊണ്ട് പാടിയ പാട്ടുകൾ ഈദ് ദിനത്തിൽ എന്റെ മക്കൾ നന്നായി ആസ്വദിച്ചു."

അറബിക്കല്യാണത്തിലെ മലയാളിത്തം

അബ്ദുല്ല മുഹമ്മദ് മത്റൂഷി. പശ്ചിമേഷ്യയിൽ മുത്ത് വ്യവസായത്തിൽ മുൻനിരയിൽ നിൽക്കുന്ന ശതകോടീശ്വരൻ. അദ്ദേഹം സൗജന്യമായി നൽകിയ വീട്ടിലാണ് ഞങ്ങൾ താമസിക്കുന്നത്. മത്റൂഷിയുടെ മകന്റെ വിവാഹം. അറബി-അനറബി വ്യത്യാസമില്ലാതെ പ്രാദേശിക വാസികളെയെല്ലാം കല്യാണ ചടങ്ങിന്ന് ക്ഷണിച്ചിട്ടുണ്ട്. ഞാനും അബൂബക്കർക്കയും കല്യാണത്തിന്നു പുറപ്പെട്ടു.

ഗൾഫിലെ ഭരണാധികാരികളും വ്യവസായ പ്രമുഖരും പങ്കെടുത്ത വർണ്ണശോഭയിൽ മുങ്ങിയ സദസ്സ്. തുർക്കിയിൽ നിന്നെത്തിയ ഗായകസംഘം. ഒരു ഭാഗത്ത് സിറിയൻ നൃത്തം. ഒരാഴ്ച നീണ്ടുനിൽക്കുന്ന ആഘോഷപരിപാടി. ജോർദാൻ, ഫലസ്തീൻ, ഈജിപ്ത് തുടങ്ങിയ രാജ്യങ്ങളിൽ നിന്നെത്തിയ നൃത്തസംഘങ്ങൾ.

വരന്റെ രണ്ടുഭാഗത്തും നൃത്തം ചെയ്യുന്ന യുവാക്കളുടെ നിര. എല്ലാവരുടെയും കയ്യിൽ അറബന. നമ്മുടെ നാട്ടിൽ കാണുന്ന ദഫിനെക്കാൾ അല്പം വട്ടംകൂടിയ ഒരുതരം ചെണ്ട. നൃത്തത്തിലെ കേരളത്തനിമയാണ് എന്നെ ഏറെ ആകർഷിച്ചത്.

മുൻ നിരയിലുള്ളവർ ഈണത്തിൽ പാടിത്തുടങ്ങി.

“ലാഇലാഹ ഇല്ലല്ലാഹ്”

മറുഭാഗം അത് ഏറ്റുപാടി. കളി മുറുകി വരുന്നതോടെ ഇരുവിഭാഗവും തമ്മിൽ ഗാനരൂപത്തിലുള്ള ചോദ്യോത്തരങ്ങൾ ആരംഭിക്കുന്നു. സദസ്സ് നൃത്തപരിപാടിയിൽ ലയിക്കുന്നു.

അരനൂറ്റാണ്ടു കാലമായി ഗൾഫിൽ അറബികളോടൊപ്പം കഴിയുന്ന അബൂബക്കർക്കക്ക് അറബ് നൃത്തങ്ങളുടെ പേരുകളും ചരി

ത്രവും നന്നായറിയാം. വേദിയിൽ അരങ്ങേറിക്കൊണ്ടിരിക്കുന്ന നൃത്തത്തെക്കുറിച്ച് ഞാൻ അന്വേഷിച്ചു. 'മാലിയ'- മുൻകാലങ്ങളിൽ കേരളത്തിലെ കല്യാണാഘോഷങ്ങളിൽ കണ്ടിരുന്ന അറബന മുട്ടിക്കൊണ്ടുള്ള നൃത്തവുമായി മാലിയക്ക് ഏറെ സാദൃശ്യമുണ്ട്. അതേ ഈണവും ചുവടുവെയ്പും.

അറബനകളിയെക്കുറിച്ച് 'കേരളചരിത്ര'ത്തിൽ വിശദീകരിക്കുന്നതിങ്ങിനെ: കേരളത്തിൽ മലബാർ പ്രദേശങ്ങളിൽ മുസ്‌ലിം കല്യാണാഘോഷങ്ങളിൽ കണ്ടുവരുന്ന ഒരു നൃത്തരൂപമാണ് 'അറബന കളി'. വീരകഥകൾ അടങ്ങുന്ന പാട്ടുകളാണ് ഇതിൽ ഉപയോഗിക്കുക. നൃത്തസംഘം വരന്റെ രണ്ട് ഭാഗങ്ങളിലായി നിൽക്കുന്നു. ഒരു ഭാഗത്തെ സംഘത്തലവൻ പാടാൻ തുടങ്ങുന്നു. കൂട്ടുകാർ അതേറ്റുപാടുന്നു. പിന്നീട് മറുഭാഗം പാട്ട് ആരംഭിക്കുന്നു. ചോദ്യോത്തര രൂപത്തിലാണ് പാട്ടും കളിയും. കല്യാണപ്പന്തലിൽ അരങ്ങേറിക്കൊണ്ടിരിക്കുന്ന 'മാലിയ' നൃത്തവും കേരളത്തിലെ അറബനകളിയും തമ്മിലുള്ള സാദൃശ്യം ഞാൻ മനസ്സിൽ കാണുകയായിരുന്നു.

അറബ് നൃത്തങ്ങളിലെ മലയാളിത്തം കാരണം ഞാനും അബൂബക്കർക്കയും എല്ലാ ദിവസവും കല്യാണപ്പന്തലിൽ സ്ഥലം പിടിക്കും. ഗൾഫ് നാടുകളിൽ കണ്ടുവരുന്ന അയാല, മൈലഖ്, ലിവ, ഹബ്ബാൻ, നുബാൻ, മാലിയ, റാസ തുടങ്ങിയ നൃത്തങ്ങൾക്ക് കേരളത്തിലെ ദഫ്മുട്ട്, പരിചമുട്ട് കളി, കോൽക്കളി, കൈകൊട്ടിക്കളി, കിളിത്തട്ടുകളി, മാർഗം കളി തുടങ്ങിയവയുമായുള്ള സാദൃശ്യത്തെക്കുറിച്ച് ഇരുദേശങ്ങളിലെയും ചരിത്രപണ്ഡിതന്മാർ ഗഹനമായ പഠനം നടത്തേണ്ടത് ആവശ്യമാണെന്ന് ഇത് കണ്ടപ്പോൾ തോന്നി.

കല്യാണപ്പന്തലിന്റെ മറ്റൊരു ഭാഗത്ത് അരങ്ങേറുന്ന അറബി വയോധികരുടെ ഒപ്പന വളരെ ഹൃദ്യമായിരുന്നു. കേരളത്തിലെ കല്യാണാഘോഷങ്ങളിൽ കാണുന്ന ഒപ്പനയുടെ ഈണവും താളവും. ഒപ്പം പാടുന്ന അറബിഗാനങ്ങളുടെയും ഗൾഫ് നാടുകളിൽ ആലപിക്കുന്ന ബൈത്തിന്റെയും ഇശലുകളുടെ സാമ്യതയും നമ്മെ അത്ഭുതപ്പെടുത്തുന്നു. അജ്മാനിലെ കല്യാണപ്പന്തലിരുന്നു ഒപ്പനയിലെ ബൈത്ത് ആസ്വദിക്കുമ്പോൾ അതേ ഈണത്തിലുള്ള കേരളത്തിലെ ഗാനങ്ങൾ ഞാൻ ഓർത്തുചൊല്ലി.

"താലോലം താലോലം താഹനബിയേ
താഹിറ താംബറുൻപാത്ത് ഹലീമ
മുല്ലപ്പൂരാണ പുതുമ മുഹമ്മദിൽ
മാലക്കിണകൊള്ളും ബീവി ഖദീജാനെ
ആദിമുതൽപ്പൂരാണം
ആയെതിരുമുത്തൊളിവെ"

ഒപ്പനയുടെ ചരിത്രം പരിശോധിക്കുമ്പോൾ അറബികളുടെ വരവോടെയാണ് അത് കേരളത്തിലെത്തിയതെന്നു മനസ്സിലാകും. പിന്നീടത് കേരളത്തിലെ മുസ്ലിംകളുടെ പരമ്പരാഗത കലകളിൽ ഒന്നായി മാറുകയായിരുന്നു.

ഒരാഴ്ച നീണ്ട കല്യാണാഘോഷത്തിൽ എനിക്ക് ഏറ്റവും ആകർഷകമായിത്തോന്നിയത് അവസാന ദിവസത്തിലെ 'ലിവ' എന്ന നൃത്തമായിരുന്നു. അറബ് ചരിത്ര സ്മൃതികളുടെ അദ്ധ്യായങ്ങൾ ഇമ്പമാർന്ന ഇശലുകളിൽ കോർത്തിണക്കി ഇരുപതോളം അറബ് പെൺകൊടികളുടെ മനോഹര നൃത്തമാണ് 'ലിവ'. നൃത്തച്ചുവടുകൾക്കൊപ്പം അവർ സമൃദ്ധമായ തലമുടി ഈണത്തിൽ ആട്ടിക്കൊണ്ടിരിക്കും. കേരളത്തിലെ ആഘോഷങ്ങളിലും ഉത്സവങ്ങളിലും കാണുന്ന മുടിയാട്ടത്തെയാണ് ഈ അവസരത്തിൽ ഓർത്തുപോയത്. 'ലിവ' നൃത്തത്തിന്നു കേരളത്തിലെ തിരുവാതിരക്കളിയോടാണ് കൂടുതൽ സാദൃശ്യം. മുടിയുടെ വളർച്ചക്ക് കേരളത്തിൽ നിന്നുള്ള വെളിച്ചെണ്ണയാണ് ഇവർ ഉപയോഗിക്കുന്നത്. സോജൽഹിന്ദ് എന്നാണ് വെളിച്ചെണ്ണ അറേബ്യൻ നാടുകളിൽ അറിയപ്പെടുന്നത്. കല്യാണപ്പന്തലിൽ നിന്നു ഇറങ്ങി വരുമ്പോൾ കലയും സംഗീതവും അതിരുകളില്ലാതെ ദേശഭാഷാ ഭേദമെന്യെ ഒഴുകുന്നു എന്ന ഖലീൽ ജിബ്രാന്റെ വാക്കുകളാണ് ഓർത്തുപോയത്.

നൃത്തവും പാട്ടും ആസ്വദിച്ചുകൊണ്ടുള്ള ലഹരിയിൽ ഞങ്ങൾ ഭക്ഷണപ്പന്തലിലേക്കു കടന്നു. വർണ്ണശബളമായ പരവതാനി വിരിച്ച് ആയിരക്കണക്കിൽ അതിഥികൾക്ക് ഭക്ഷണം കഴിക്കാനുള്ള സംവിധാനമൊരുക്കിയ വിശാലമായ പന്തൽ. വിഭവസമൃദ്ധമായ സദ്യ. ഡൈനിംഗ് ടേബിളോ കസേലയോ ഇല്ല. ചുറ്റും വട്ടമിട്ടിരുന്നു ഭക്ഷണം കഴിക്കുന്നു.

ഒരു വലിയ തളികയിൽ ബിരിയാണി. മദ്ധ്യത്തിൽ ഒലീവെണ്ണയിൽ വേവിച്ചെടുത്ത ആട്. ചുട്ട മത്സ്യം, കോഴി- പഴങ്ങൾ, പല

മദ്രാസ് തിരുവള്ളുവർ ഹാളിൽ സംഘടിപ്പിച്ച ചടങ്ങിൽ വെച്ച് ഇന്ത്യാ -അറബ് ചരിത്രപഠനത്തിന് തിരുക്കുരൾ മുനിസ്വാമിയിൽ നിന്ന് തിരവുള്ളുവർ അവാർഡ് സ്വീകരിക്കുന്നു.

ഹാരങ്ങൾ. ഞങ്ങൾ തളികക്കു ചുറ്റുമിരുന്നു കഴിച്ചു തുടങ്ങി.

കോഴിക്കോട്ടെ മുൻകാല കല്യാണ രീതിയാണു ഓർത്തുപോയത്. ചരിത്രങ്ങളിൽ മലബാറിലെ പഴയകാല കല്യാണത്തെപ്പറ്റി വിവരിക്കുന്നതിങ്ങനെ: ക്ഷണിക്കപ്പെട്ട അതിഥികൾ പന്തലിലെ പരവതാനിയിൽ ഇരിക്കുന്നു. ഭക്ഷണം വിളമ്പി തുടങ്ങിയാൽ ഇവർ അഞ്ചോ ആറോ പേർ ചേർന്ന് സുപ്രക്കു ചുറ്റും വട്ടമിട്ടിരിക്കും. വലിയ തട്ടിൽ ബിരിയാണി. ചുറ്റും ചെറിയ പ്ലെയിറ്റിൽ കൂട്ടുകറി. എല്ലാവരും ഒരേ സുപ്രക്ക് ചുറ്റുമിരുന്ന് ഭക്ഷണം കഴിക്കുന്ന രീതിക്ക് 'മാസറ' എന്നു പറയുന്നു. ഇതേ സമ്പ്രദായമാണ് ഞാനിവിടെ ഗൾഫിലെ ഈ കല്യാണപ്പന്തലിലും കണ്ടത്.

ഞങ്ങൾ ഭക്ഷണം കഴിച്ചുകൊണ്ടിരിക്കെ ആതിഥേയൻ മുഹമ്മദ് മത്റൂഷിയും കുടുംബവും ഓരോരുത്തരുടെയും അരികിൽ വന്ന് സ്നേഹാന്വേഷണം നടത്തുന്നു. ആട്ടിറച്ചി മുറിച്ചെടുത്ത് ഞങ്ങളുടെ തളികയിൽ വെച്ച് സ്നേഹപൂർവ്വം പറയുന്നു: ഫളൽ, തഅകുൽ, തഅകുൽ (കഴിക്കൂ, കഴിക്കൂ). അറബ് നാട്ടിൽ അത്യുന്നത സ്ഥാനം വഹിക്കുന്ന പ്രമുഖൻ, അജ്മാൻ ഭരണകൂടത്തിന്റെ ഉ

പേദശകൻ. അന്യ നാട്ടിൽ നിന്നു ഉപജീവനത്തിന്റെ വറ്റു തേടി എത്തിയ ഞങ്ങളിലേക്ക് ഇറങ്ങി വന്നു ഇരിപ്പിടത്തിൽ ഒട്ടിച്ചേർന്നിരുന്നു സ്നേഹാന്വേഷണം നടത്തുന്നു. നൈർമല്യം തുളുമ്പുന്ന അറബ് ലോകത്തിന്റെ ആതിഥേയത്തത്തിന്റെയും ഉപചാരത്തിന്റെയും മഹനീയ ദൃശ്യം. ഇവിടെ വലുപ്പച്ചെറുപ്പമില്ല. സമ്പത്തിന്റെ അളവുകോല് കൊണ്ട് മനുഷ്യരെ അളക്കുന്നില്ല. കൃത്രിമത്വവും നാട്യവുമില്ലാതെ തുറന്ന മനസ്സോടെ മനുഷ്യരെ സ്നേഹിക്കുന്ന അറബ് സമൂഹം. കേരളത്തിൽ കാണുന്ന കളങ്കമില്ലാത്ത ആതിഥ്യരീതി അറബികളിൽ നിന്നു ലഭിച്ചതാകണം.

അനാഥ ബാലൻ രാജാവായ കഥ

ഗൾഫ് നാടുകളിലെത്തുന്ന വിനോദ സഞ്ചാരികളുടെ ഇഷ്ട സങ്കേതമാണ് യു.എ.ഇ.യിലെ ഫുജീറ. വ്യാഴം, വെള്ളി ദിവസങ്ങളിൽ ഇവിടെ വിനോദം തേടിയെടുത്തുന്നവരുടെ തിരക്കാണ്. ഫുജീറയുടെ സൗന്ദര്യവും തിരമാലകളുടെ സംഗീതവും ആസ്വദിക്കാനായിരുന്നു ഞാനും അറബ് ടൈംസ് ലേഖകൻ സമീറും വെള്ളിയാഴ്ച ഫുജീറ കടൽതീരത്തെത്തിയത്. കാറ്റേറ്റ് നടക്കുന്നതിനിടയിൽ ഭരണിയുടെ ആകൃതിയിൽ പണിത മനോഹരമായ ഇരുനിലക്കെട്ടിടം ഞങ്ങളെ ആകർഷിച്ചു. കൗതുകം തോന്നി അകത്ത് കടന്നു. കെട്ടിടത്തിന്റെ അകം ചുറ്റിക്കണ്ടു. ഉടമയുമായി പരിചയപ്പെട്ടു. മലയാളി ആണെന്നറിഞ്ഞപ്പോൾ സന്തോഷവും അത്ഭുതവും. കോഴിക്കോട് സ്വദേശി അബ്ദുൽ റാഷിദ്.

ലോകത്തിന്റെ വിവിധ ഭാഗങ്ങളിൽ നിന്നു ശേഖരിച്ച നൂറുകണക്കിൽ ബോട്ടലുകൾ, നൂറ്റാണ്ടുകൾ പഴക്കമുള്ള പഞ്ചലോഹ ഭരണികൾ, ഓരോന്നും ഓരോ കാലഘട്ടത്തിന്റെ ചരിത്രം പറയുന്നു. ലക്ഷക്കണക്കിൽ രൂപ മതിക്കുന്ന അത്യപൂർവ്വ വസ്തുക്കൾ. യു.എ.ഇ.യിലെത്തുന്ന രാഷ്ട്രത്തലവന്മാരും സഞ്ചാരികളും ഈ വിസ്മയലോകം സന്ദർശിക്കാതെ പോകാറില്ല. ഗ്വാളിയോർ രാജാവ്, സോളമൻ രാജാവ്, ക്ലിയോപാട്ര തുടങ്ങിയവർ സുഗന്ധദ്രവ്യങ്ങൾ സൂക്ഷിച്ചവ ഉൾപ്പെടെ നൂറുകണക്കിൽ വൈവിധ്യമാർന്ന ബോട്ട്ലുകൾ. പലതിലും പേർഷ്യൻ, അറബി, ചൈനീസ്, ഹിബ്രു ഭാഷകൾ ലിഖിതം ചെയ്തിട്ടുണ്ട്.

കോഴിക്കോട്ടുകാരൻ അബ്ദുൽറാഷിദ് ഫുജീറയിലെ ബോട്ടൽ രാജാവായ കഥ ഞങ്ങളിൽ കൗതുകമുണർത്തി. സമീർ ആ ചരിത്രം വിവരിച്ചതിങ്ങനെ: 1930 കളിലാണ് അബ്ദുൽ അസീസ് അൽ മുബാറക്ക് എന്ന അറബി കച്ചവടാവശ്യാർത്ഥം ഷാർജയിൽ നിന്നു കോഴിക്കോട്ടെത്തുന്നത്. സാധാരണ മുംബെ വരെയായിരു

ന്നു അദ്ദേഹം ചരക്കുമായി വന്നിരുന്നത്. മറ്റു അറബികളിൽ നിന്നു കോഴിക്കോടിനെക്കുറിച്ചു മനസ്സിലാക്കി പിന്നീടുള്ള യാത്ര കോഴിക്കോട് തുറമുഖം വരെയാക്കി. ഷാർജയിൽ നിന്നു വരുമ്പോൾ പത്തേമാരിയിൽ ഈത്തപ്പഴം കൊണ്ടുവരും. തിരിച്ചു പോകുമ്പോൾ മരങ്ങളും.

കോഴിക്കോട്ട് അറബികളുമായുള്ള വ്യാപാര ബന്ധം ഏറ്റവും പുഷ്ടിപ്പെട്ട കാലം. കോഴിക്കോട് കടപ്പുറത്ത് നാട്ടുകാരേക്കാൾ കൂടുതൽ അറബികൾ. അവിടുത്തെ ജനങ്ങളും അവരുടെ ആതിഥ്യവും അബ്ദുൽ അസീസിനെ ആകർഷിച്ചു. അടുത്ത വരവിൽ അദ്ദേഹം ആഴ്ചകളോളം കോഴിക്കോട്ട് താമസിച്ചു. ഈ ദേശവുമായുള്ള അബ്ദുൽ അസീസിന്റെ ബന്ധം പള്ളിക്കണ്ടി കൊടക്കാടൻ കുടുംബത്തിലെ ആയിശയുമായുള്ള വിവാഹത്തിലെത്തിച്ചു. ഈ ബന്ധത്തിൽ അവർക്ക് ഒരു ആൺകുഞ്ഞ് പിറന്നു. അബ്ദുൽ അസീസ് മകന്നു പിതാവിന്റെ പേരിട്ടു. അബ്ദുൽ റാഷിദ്.

മകൻ വളർന്നു വലുതായി. ഒരു പെരുന്നാൾ അവധിക്കു ഗൾഫിൽ നിന്നു ചരക്കുമായി എത്തിയ അബ്ദുൽ അസീസ് തിരിച്ചു പോവുമ്പോൾ മകനെയും കൂടെ കൊണ്ടുപോയി. യാത്രക്കിടയിൽ ഷാർജക്കു സമീപം ഖൂർഫക്കാൻ കടലിലുണ്ടായ കാറ്റിലും കോളിലും പെട്ട് പത്തേമാരി തകർന്നു. അബ്ദുൽ അസീസും മൂന്നു ജോലിക്കാരും കടലിൽ മുങ്ങിമരിച്ചു. തകർന്ന പത്തേമാരിയുടെ പലകയിൽ അള്ളിപ്പിടിച്ച് മകൻ രക്ഷപ്പെട്ടു. കടലിൽ മത്സ്യബന്ധനം നടത്തിക്കൊണ്ടിരുന്നവർ കുട്ടിയെ രക്ഷപ്പെടുത്തി.

അനാഥനായ അബ്ദുൽ റാഷിദിന്നു ഒരു അറബികുടുംബം രക്ഷകരായെത്തി. യൂസുഫ് സൽമാൻ എന്ന അറബിയുടെ സംരക്ഷണത്തിൽ അവൻ പഠിച്ചു വളർന്നു. ഗൾഫിൽ അറിയപ്പെടുന്ന കരകൗശല വസ്തുക്കളുടെ വ്യവസായിയാണ് യൂസുഫ് സൽമാൻ. അധികംവൈകാതെ അദ്ദേഹത്തിന്റെ സഹായത്തോടെ അബ്ദുൽ റാഷിദിന്നു മർച്ചന്റ് നേവിയിൽ ജോലി ലഭിച്ചു.

വിവിധ രാജ്യങ്ങൾ സന്ദർശിക്കാൻ നേവിയിലെ ഈ ജീവിതം റാഷിദിന് അവസരം നൽകി. വൈവിധ്യമുള്ള കുപ്പികൾ ശേഖരിച്ചു സൂക്ഷിക്കുക എന്ന യൂസുഫ് സൽമാനിൽ നിന്നു പകർന്നുകിട്ടിയ ശീലം വികസിപ്പിച്ചെടുക്കാൻ ഈ യാത്രകൾ റാഷിദിനെ സഹായിച്ചു. കപ്പൽ ഓരോ പോർട്ടിലും എത്തുമ്പോൾ പുരാവസ്തു വില്പന-പ്രദർശന കേന്ദ്രങ്ങളെക്കുറിച്ച് മനസ്സിലാക്കിവെക്കും. ക

പ്പലിൽ നിന്നിറങ്ങിയാൽ റാഷിദ് ആദ്യമായി ചെയ്യുന്ന ജോലി ഷാപ്പ് കണ്ടുപിടിക്കുകയാണ്. ഇഷ്ടപ്പെട്ട കുപ്പി എന്ത് വിലകൊടുത്തു വാങ്ങും. നേവിയിൽ നിന്ന് റിട്ടയർ ചെയ്ത ശേഷമാണ് ഇതെല്ലാം ശേഖരിച്ച് റാഷിദ് ഫുജീറയിൽ ആന്റിക് കേന്ദ്രം ആരംഭിച്ചത്. "എനിക്ക് പിതൃതുല്യനായ യൂസുഫ് സൽമാനിൽ നിന്നു ലഭിച്ച ആശയം സാക്ഷാൽക്കരിക്കുകയാണ് ഞാൻ ഇവിടെ ചെയ്തത്. മുപ്പത്തഞ്ച് വർഷത്തെ നേവിയിലെ ജീവിത സമ്പാദ്യം. ഓരോന്നും വാങ്ങിയതിനേക്കാൾ നൂറും ഇരുന്നൂറും ഇരട്ടി വില പറയുന്നത് എനിക്ക് സംതൃപ്തി നൽകുന്നു." ഷാപ്പിനുള്ളിലെ ബോട്ടലുകളുടെ ചരിത്രം വിവരിക്കുകയായിരുന്നു അദ്ദേഹം.

എത്ര വലിയ തുക കിട്ടിയാലും ശേഖരത്തിലുള്ള ഒരു വസ്തുവും അദ്ദേഹം വിൽക്കില്ല. അമേരിക്കൻ പ്രസിഡണ്ട് അബ്രഹാം ലിങ്കന്റെ അപൂർവ്വ ചിത്രങ്ങൾ സ്വർണ്ണത്തിൽ കൊത്തി എടുത്ത സിൽവർ ജാർ റാഷിദിന്റെ ശേഖരത്തിലെ അത്യാകർഷക ഇനങ്ങളിലൊന്നാണ്. അമേരിക്കൻ ഷിപ്പിങ്ങ് കമ്പനിയിൽ ജോലിചെയ്യുന്ന അവസരത്തിൽ വിശിഷ്ട സേവനത്തിന്നു ഉപഹാരമായി ലഭിച്ചതാണ് ഈ ജാർ. അമേരിക്കയിൽ നിന്നു വന്ന ഒരു വ്യവസായി ഇതിന്നു ഇരുപത്തയ്യായിരം ഡോളർ വിലപറഞ്ഞെങ്കിലും റാഷിദ് സ്നേഹപൂർവ്വം നിരസിച്ചു. ജർമ്മനിയിൽ നിന്നുള്ള ഒരു സംഘം റാഷിദിന്റെ ശേഖരത്തിലുള്ള ചില അപൂർവ്വ ബോട്ടലുകൾക്ക് വേണ്ടി ആഴ്ചകളോളം ഷാപ്പിൽ കയറിഇറങ്ങി. ആവശ്യപ്പെടുന്ന തുക നൽകാൻ സന്നദ്ധരായിക്കൊണ്ട്. റാഷിദ് വിനയപൂർവ്വം അതും നിരസിച്ചു.

'ബോട്ടൽ രാജാവ്' എന്നാണ് അബ്ദുൽ റാഷിദിനെ സഞ്ചാരികൾ വിശേഷിപ്പിക്കുന്നത്. കോഴിക്കോട്ടെ ദരിദ്ര കുടുംബത്തിൽ ജനിച്ച് അനാഥനായി വളർന്ന ഈ പരദേശി ഗൾഫിലെ ബോട്ടൽ രാജാവ് എന്ന കീർത്തി സമ്പാദിച്ചതിനെക്കുറിച്ച് അദ്ദേഹത്തിന്റെ പ്രതികരണം ഇങ്ങിനെ: ഇവിടെ കാണുന്ന ഓരോ ബോട്ട്ലും അന്തർ ദേശീയാടിസ്ഥാനത്തിൽ ശ്രദ്ധിക്കപ്പെടുന്നതും ഓരോ കാലഘട്ടത്തിന്റെ ചരിത്രം ആവരണം ചെയ്യുന്നതുമാണ്. അന്യമായിക്കൊണ്ടിരിക്കുന്ന ശില്പഭംഗി പുതിയ തലമുറക്കുവേണ്ടി സൂക്ഷിക്കുക. ഈ ദൗത്യം നിർവ്വഹിച്ചതിൽ അനിർവ്വചനീയമായ ചാരിതാർത്ഥ്യമുണ്ട്. പണവും പ്രശസ്തിയും ഞാൻ ആഗ്രഹിക്കുന്നില്ല."

കത്തുന്ന എണ്ണയുടെ മണം

1990 ആഗസ്റ്റ് - 2

അറേബ്യൻ ഭൂഖണ്ഡത്തെ ഞെട്ടിച്ചുകൊണ്ട് കുവൈത്തിന്റെ നെഞ്ചിലേക്ക് ഇറാഖിന്റെ യുദ്ധവിമാനങ്ങൾ ഇരമ്പിയിറങ്ങി. ആകാശത്തിൽ നിന്നും ഭൂമിയിൽ നിന്നും തീ തുപ്പി. എണ്ണക്കിണറുകൾ കത്തിപ്പടർന്നു. സമ്പന്നതക്കും സമാധാനത്തിനും മീതെ യുദ്ധം കരിനിഴൽ വീഴ്ത്തി.

1990 ആഗസ്റ്റ് രണ്ടിന് ആരംഭിച്ച ഗൾഫ് യുദ്ധം 1991 ഫിബ്രവരി 26 നാണ് അവസാനിച്ചത്. "യൗമുൽ അഹ്സാൻ" സങ്കടങ്ങളുടെ ദിവസങ്ങൾ എന്നാണു യുദ്ധനാളുകളെക്കുറിച്ച് അറബികൾ അനുസ്മരിക്കുന്നത്.

എണ്ണ കണ്ടെത്തിയതോടെ കുവൈത്ത് പശ്ചിമേഷ്യയിലെ സാമ്പത്തിക ശക്തികളിൽ ഒന്നായി മാറി. കുവൈത്തിന്റെ എണ്ണപ്പാടങ്ങളിൽ സ്വാധീനം ചെലുത്താനും പിടിമുറുക്കാനും രാജ്യങ്ങൾ കിടമത്സരം ആരംഭിച്ചു. ഇറാഖിന്റെ കുവൈത്ത് അക്രമത്തിന്റെ പിന്നിലുള്ള ചേതോവികാരം സദ്ദാമിന്റെ സാമ്രാജ്യത്വ മോഹമാണ്.

ഈ നൂറ്റാണ്ടിലെ പശ്ചിമേഷ്യൻ ചരിത്രത്തിലെ കറുത്ത അദ്ധ്യായമായിട്ടാണ് ഗൾഫ് യുദ്ധത്തെ ചരിത്രം രേഖപ്പെടുത്തുന്നത്. അറബ് ജനതയെ വിറങ്ങലിപ്പിച്ച യുദ്ധത്തെക്കുറിച്ച് മാധ്യമങ്ങളിൽവന്ന ചില വരികൾ:

"ഗൾഫ് നാടുകളിലും കേരളത്തിലും കരിനിഴൽ വീഴ്ത്തിയ ദുരന്തമായിരുന്നു ഗൾഫ് യുദ്ധം. ഗൾഫ് ജീവിതം സാമ്പത്തിക ഭദ്രതയിലും സുരക്ഷിതത്വത്തിലും ഇത്രയേറെ അസ്ഥിരമായ കാലം വേറെ ഉണ്ടായിട്ടില്ല. സമ്പൽസമൃദ്ധിയിൽ കഴിഞ്ഞ ഒരു ജനതയുടെ ജീവിതാഘോഷങ്ങൾ അസ്തമിക്കുന്ന കാഴ്ചകളാണ് ഇവിടെ കണ്ടുകൊണ്ടിരിക്കുന്നത്." (മിഡിൽഈസ്റ്റ് ന്യൂസ്)

"അമേരിക്കൻ ടാങ്കറുകളും മിസൈലുകളും തന്ത്രപ്രധാന കേന്ദ്രങ്ങളിൽ നിലയുറപ്പിച്ചിരിക്കയാണ്. കാതടിപ്പിച്ചുകൊണ്ട് പറക്കുന്ന യുദ്ധവിമാനങ്ങൾ! ടോർച്ച് ലൈറ്റുകളും മാസ്കിംഗ് ടേപ്പുമൊക്കെ മുൻകരുതലിന്റെ ഭാഗമായി ഓരോരുത്തരും ശേഖരിച്ചുവെക്കുന്നു. രാസായുധ പ്രയോഗമുണ്ടാവുകയാണെങ്കിൽ വീടിന്റെ വിടവുകളിലൂടെ വിഷവായു കടന്നുവരാതിരിക്കാൻ സുഷിരങ്ങളും മറ്റും അടച്ചു ബന്തവസ്സാക്കാനാണ് മാസ്കിംഗ് ടേപ്പുകൾ.

വെടിയൊച്ചകളുടെ മുഴക്കങ്ങൾ തുരുതുരേ കേൾക്കാം. ആശങ്കയും ആകാംക്ഷയും നിറഞ്ഞ നിമിഷങ്ങൾ. കെമിക്കൽ വാറിന്നുള്ള സാദ്ധ്യത ഉണ്ടെന്നാണ് നിരീക്ഷകരുടെ അഭിപ്രായം. ഗ്യാസ് മാസ്ക് വില്പന തുടങ്ങിക്കഴിഞ്ഞു. ('പ്രവാസിയുടെ യുദ്ധങ്ങൾ')

ഏഴുമാസത്തെ യുദ്ധത്തിനുശേഷം സഖ്യകക്ഷികളുടെ സഹായത്തോടെ കുവൈത്ത് മോചിതമായി. അപ്പോഴും എണ്ണക്കിണറുകൾ കത്തുന്നുണ്ടായിരുന്നു. ഇറാഖി പട്ടാളം കുവൈത്ത് ഉപേക്ഷിച്ച് മടങ്ങുമ്പോൾ ഇവിടത്തെ 722 എണ്ണക്കിണറുകൾക്കാണ് തീ കൊടുത്തത്. ഈ തീ അണക്കാനും യുദ്ധം ഉണ്ടാക്കിയ അമേരിക്കൻ തന്ത്രജ്ഞരുടെ സഹായം ആവശ്യമായി. ആറുമാസം സമയമെടുത്താണ് അമേരിക്കൻ സെക്ടർ കമ്പനി എണ്ണപ്പാടങ്ങളിലെ തീ അണച്ചത്.

അമേരിക്കയുടെ കണക്കനുസരിച്ച് ഒരു ലക്ഷം ഇറാഖി ഭടന്മാർ യുദ്ധത്തിൽ മരണപ്പെട്ടു. മൂന്നു ലക്ഷം ഭടന്മാർക്ക് പരിക്ക്പറ്റി. ഇതിൽ ഒന്നര ലക്ഷം പേർക്ക് അവയവങ്ങൾ നഷ്ടപ്പെട്ടു. ഇതിലും എത്രയോ അധികമാണ് മനുഷ്യാവകാശ സംഘടനകൾ ഉദ്ധരിക്കുന്ന കണക്കുകൾ." (അറബ് ടൈംസ്)

ഗൾഫ് യുദ്ധത്തെക്കുറിച്ച് പശ്ചിമേഷ്യൻ മാധ്യമങ്ങൾ പ്രസിദ്ധീകരിച്ച പഠനങ്ങളിൽ അമേരിക്കയുടെ കാപട്യം അക്കമിട്ട് സമർത്ഥിക്കുന്നു. ഗൾഫ് സൈനിക താവളത്തിന്റെ അമരത്തിരിക്കുക എന്ന മോഹത്തോടെയാണ് പ്രതിരോധത്തിന്റെ പേരിൽ ഒന്നരലക്ഷം ഭടന്മാരെയും നാൽപത് സായുധ കപ്പലുകളും അയച്ച് അമേരിക്ക അന്തരീക്ഷം കലുഷമാക്കിയത്. ചരിത്രത്തിലെ ഏറ്റവും വലിയ ആയുധക്കരാറിന്ന് -ഇരുപത്തഞ്ച് ബില്യൻ ഡോളർ- സഊദി അറേബ്യയെ പ്രേരിപ്പിച്ചുകൊണ്ടാണ് കുവൈത്ത് പ്രശ്നം അമേരിക്ക കൈകാര്യം ചെയ്തത്. മിസൈൽ ഘടിപ്പിച്ച യുദ്ധക്കപ്പ

ലുകളുടെ സാന്നിദ്ധ്യത്തിലാണ് വൈറ്റ്ഹൗസ് ശാന്തിമന്ത്രം ഉരുവിട്ടത്.

ഗൾഫ് യുദ്ധം അറബ് ചരിത്രത്തിലെ വേദനിപ്പിക്കുന്ന അദ്ധ്യായമാണെന്നാണ് പശ്ചിമേഷ്യൻ ചരിത്രകാരനായ ക്രിസ്റ്റോഫർ മാക്റത്ത് 'ആഫ്റ്റർ കുവൈത്ത് വാർ' എന്ന പുസ്തകത്തിൽ വിശദീകരിക്കുന്നത്. ഗൾഫ് ജീവിതത്തിന്നുമേലെ കരിനിഴൽ പരത്തിക്കൊണ്ട് കടന്നുപോയ ഏഴു മാസങ്ങൾ! നീറുന്ന ഉൽക്കണ്ഠയും ആശങ്കകളും മരവിപ്പ് കലർന്ന ലാഘവത്വവും അനുഭവിച്ച ദിവസങ്ങളെക്കുറിച്ച് പശ്ചിമേഷ്യ ഞെട്ടലോടെയാണ് ഓർക്കുന്നത്. ഭീതിദമായ ഓർമ്മകളും കത്തുന്ന എണ്ണയുടെ മണവും അവരുടെ മനസ്സിൽ നിന്നു മാഞ്ഞുപോകുന്നില്ല.

ഗൾഫ് യുദ്ധം കുവൈത്തിനെ മാത്രമല്ല ഗൾഫിന്റെ സാമ്പത്തിക മേഖലയെയും ജനജീവിതത്തെയും ആകെ ഉലച്ചു എന്നാണ് യുദ്ധത്തിനു ശേഷമുള്ള ഗൾഫ് ചരിത്രം സൂചിപ്പിക്കുന്നത്. കുന്നുകൂടിയ സമ്പത്തും സൗഭാഗ്യങ്ങളും വെടിഞ്ഞ് കുവൈത്തികൾ കൂട്ട പലായനം ചെയ്തു. ചിലർ വഴിയിൽ വേട്ടയാടപ്പെട്ടു. പലരും ബന്ദികളാക്കപ്പെട്ടു. യുദ്ധങ്ങൾ നടക്കുന്നത് രാജ്യങ്ങൾ തമ്മിലോ സൈനികർ തമ്മിലോ അല്ല. യുദ്ധം ആശങ്കകൾക്കിടയിൽ ജീവിക്കുന്ന നിസ്സഹായരും നിരപരാധികളുമായ മനുഷ്യരുടെ മനസ്സിലാണെന്നു ഗൾഫ് പോരാട്ടം നമ്മെ പഠിപ്പിച്ചു. ഇങ്ങനെ ഒരു ദുരന്തം ഇനി വരാതിരിക്കട്ടെ എന്നു അറബ് ലോകം പ്രാർത്ഥിക്കുന്നു.

അറബ് വിദ്യാർത്ഥികളുടെ ദീർഘവീക്ഷണം

അബുദാബി നഗരമദ്ധ്യത്തിലുള്ള ഒരു അറബി ഗേൾസ് സ്കൂളാണ് മദ്രസ്സത്തുൽ മറിയം. ഇവിടെ പഠിക്കുന്നത് മുഴുവൻ അറബ് വിദ്യാർത്ഥിനികളാണെങ്കിലും അറബിയോടൊപ്പം ഇംഗ്ലീഷും പഠിപ്പിക്കുന്നു. ഇവിടത്തെ അദ്ധ്യാപകരിൽ ഇന്ത്യക്കാരുമുണ്ട്. ഇംഗ്ലീഷ് അദ്ധ്യാപകനായ അലീഗർ സ്വദേശി സലിം അഹമ്മദിൽ നിന്നാണ് സ്കൂളിന്റെ വാർഷിക സ്പെഷൽ കയ്യിൽ കിട്ടിയത്. ഞാൻ മനസ്സിലാക്കിയതിൽനിന്നു തികച്ചും വ്യത്യസ്തമായ, എന്നെ അത്ഭുതപ്പെടുത്തിയ, ഒരു ആധികാരിക ഗ്രന്ഥം. പുസ്തകത്തിലെ ഓരോ ലേഖനവും പഠനാർഹം. സൂക്ഷ്മനിരീക്ഷണം കൊണ്ട് സമ്പന്നം. വൃദ്ധന്മാർ ലോകം ഭരിക്കുന്നകാലം വരുന്നു എന്നാണ് പതിനാറുവയസ്സുകാരി മറിയം ഒരു ലേഖനത്തിൽ സ്ഥാപിച്ചിട്ടുള്ളത്. അതിലെ പ്രസക്തഭാഗങ്ങളുടെ പരിഭാഷ ഇവിടെ ചേർക്കുന്നു:

വൃദ്ധന്മാർ ലോകം ഭരിക്കുന്ന കാലം വരുന്നു! ഒരു നൂറ്റാണ്ടിനു മുമ്പ് അറുപത്തഞ്ച് വയസ്സിനു മുകളിലുള്ളവർ ലോക ജനസംഖ്യയുടെ ഒരു ശതമാനം മാത്രമായിരുന്നു. ഇപ്പോഴത് ഇരുപത് ശതമാനമാണ്. 2050 ആകുമ്പോഴേക്ക് വൃദ്ധജനങ്ങൾ ജനസംഖ്യയുടെ നാല്പത്തഞ്ച് ശതമാനമാകുമെന്നാണ് പ്രസിദ്ധ നരവംശ ശാസ്ത്രജ്ഞനായ ടോം കെർക്ക്‌വുഡിന്റെ പഠന റിപ്പോർട്ടിൽ പറയുന്നത്. മെച്ചപ്പെട്ട ചികിത്സാ സൗകര്യങ്ങളും ആരോഗ്യരക്ഷയെക്കുറിച്ചുള്ള അവബോധവുമാണ് ഇതിനു കാരണമായി ചൂണ്ടിക്കാണിക്കുന്നത്. അംഗശക്തി കൂടുമ്പോൾ സർവ്വ രംഗങ്ങളിലും അവരുടെ സ്വാധീനവും വർദ്ധിക്കുമല്ലോ. അടുത്ത തലമുറയേയും സമൂഹത്തേയും നിയന്ത്രിക്കുന്നത് ഇവരായിരിക്കുമെന്നു ചുരുക്കം. ഭരണത്തിന്റെ തലപ്പത്തും ഇവർ എത്തിച്ചേരും.

വയോധികരോടുള്ള നമ്മുടെ കാഴ്ചപ്പാടിൽ സമൂലമാറ്റം വേണമെന്നാണ് മനശാസ്ത്ര വിദഗ്ദ്ധർ അഭിപ്രായപ്പെടുന്നത്. വൃദ്ധാവസ്ഥയെ ഭയത്തോടെ ചിത്രീകരിക്കുകയും കാണുകയും ചെയ്യുന്ന മനോഭാവം മാറണമെന്നും ടോംകെർക്ക് വുഡിന്റെ പഠന റിപ്പോർട്ടിൽ പറയുന്നു. സമൂഹം നേരിടുന്ന അതിപ്രധാന പ്രശ്നങ്ങളിലൊന്നിനെ ശുഭാപ്തി വിശ്വാസത്തോടെ എങ്ങനെ നേരിടാമെന്നു അദ്ദേഹം കാണിച്ചുതരുന്നു. ടോംകെർക്ക് വുഡിന്റെ അഭിപ്രായത്തിൽ അറിവിന്റെ ചക്രവാളം വികസിച്ചു കൊണ്ടിരിക്കുന്ന ഇക്കാലത്ത് വാർദ്ധക്യം ബാധിക്കുക എന്ന പ്രക്രിയയെ ഓർത്ത് മാനസിക സംഘർഷം ഉണ്ടാകേണ്ട യാതൊരു ആവശ്യവുമില്ല. നമ്മുടെ ശരീര ഘടകങ്ങൾക്ക് വരുന്ന തേയ്മാനമായി എന്നു മാത്രമേ വാർദ്ധക്യത്തെ കാണാവൂ. നാശത്തിനോ മരണത്തിനോ വേണ്ടിയുള്ള ഒരു ത്വരിത പ്രവർത്തനമല്ല വാർദ്ധക്യം ബാധിക്കുക എന്നത്. നമുക്ക് സംഭവിക്കുന്ന ഈ കേടുപാടുകളുടെ സ്വഭാവവും കാരണവും കണ്ടെത്താനായാൽ വാർദ്ധക്യം ബാധിക്കുക എന്ന പ്രക്രിയക്ക് വേഗത കുറക്കാനാകുമെന്നും അദ്ദേഹം നിരീക്ഷിക്കുന്നു.

ഇനി വരുന്ന ഓരോ തലമുറയും തൊട്ടു മുമ്പുള്ളവരേക്കാൾ കൂടുതൽ കാലം ആരോഗ്യവാന്മാരായി ജീവിച്ചിരിക്കുമെന്നാണ് പറയുന്നത്. ക്രമത്തിൽ പ്രായം കൂടിയവരുടെ എണ്ണം കൂടും. വൻ സാമൂഹ്യമാറ്റങ്ങളുണ്ടാകും.

നൂറും നൂറിലധികവും വർഷങ്ങൾ ജീവിക്കുന്നതിൽ വലിയ അത്ഭുതമില്ലെന്നാണു ലോകത്തിലെ പ്രായംകൂടിയ ദമ്പതികളായ കരംചന്ദും കട്ടാരിയും പറയുന്നത്. ആരോഗ്യത്തെക്കുറിച്ചും ജീവിതത്തെക്കുറിച്ചും നിരവധി ഗ്രന്ഥങ്ങൾ രചിച്ച നൂറ്റിപ്പതിനാല് വയസ്സ് പിന്നിട്ട കരംചന്ദ് പറയുന്നു: ദീർഘായുസ്സിന്റെ രഹസ്യമെന്താണെന്നു പലരും ഞങ്ങളോട് ചോദിക്കാറുണ്ട്. മാനസിക സൗഖ്യമാണ് ആരോഗ്യത്തിന്റെ പ്രധാന ഘടകമെന്നാണ് ഞങ്ങളുടെ അനുഭവത്തിൽ നിന്നു മനസ്സിലാകുന്നത്. ഭക്ഷണം, വ്യായാമം, വിശ്രമം എന്നിവയിലുള്ള ചിട്ടയും കൃത്യനിഷ്ഠയും ഇത് കഴിഞ്ഞേ ഉള്ളൂ.

“മറ്റുള്ളവരുടെ നന്മക്കുവേണ്ടി ചിന്തിക്കുകയും അവരുടെ വിജയത്തിൽ ആഹ്ലാദിക്കുകയും ചെയ്യുക, വീഴ്ചകളിൽ പതറാതിരിക്കുക, ആശങ്കയും മാനസിക സംഭ്രാന്തിയും ഒഴിവാക്കുക” ദീർഘായുസ്സിനെക്കുറിച്ച് എന്നോടു അന്വേഷിക്കുന്ന വർക്കെല്ലാം ഞാൻ

നൽകുന്ന മറുപടി ഇതാണ്. ആയുസ്സ് കൂട്ടാനുള്ള ഏറ്റവും അമൂല്യമായ ഔഷധവും ഞാൻ അവർക്ക് നിർദ്ദേശിച്ചു കൊടുക്കാറുണ്ട്. ഈ ഔഷധത്തിന്റെ പേരാണ് സ്നേഹം. എല്ലാവർക്കും സ്നേഹം കൊടുക്കുക, ശത്രുക്കളെ യെല്ലാം നാം ഭാവന ചെയ്ത് ഉണ്ടാക്കുന്നതാണ്.

1905 ൽ ഇന്ത്യയിൽ ഒരു കർഷക കുടുംബത്തിലാണു കരംചന്ദിന്റെ ജനനം. 1925 ഡിസംബർ 11-ാം തിയ്യതി സിക്ക് ആചാര പ്രകാരമുള്ള ചടങ്ങുകളോടെയാണ് കരംചന്ദ് കട്ടാരി ദമ്പതികളുടെ വിവാഹം അവരുടെ ദേശമായ പഞ്ചാബിൽ വെച്ച് നടന്നത്. വിവാഹ സമയത്ത് കരംചന്ദിനു ഇരുപതും ഭാര്യ കട്ടാരിക്ക് പതിമൂന്നുമായിരുന്നു പ്രായം.

ദാമ്പത്യ ജീവിതത്തിന്റെ ദീർഘായുസ്സിനെക്കുറിച്ച് കരംചന്ദിന്റെ ഭാര്യ കട്ടാരിയുടെ വാക്കുകൾ: എന്റെ ഭർത്താവ് കരംചന്ദിനു ഞാൻ ഒരു വിധത്തിലുമുള്ള മാനസിക സംഘർഷവും ഉണ്ടാക്കാറില്ല. എപ്പോഴും അദ്ദേഹത്തെ സന്തുഷ്ടനാക്കുന്നു. തമാശകൾ പറഞ്ഞു എന്നെ ചിരിപ്പിക്കുക എന്നത് വിവാഹം ചെയ്തത് മുതലേയുള്ള അദ്ദേഹത്തിന്റെ ശീലമാണ്.

മാനസിക സൗഖ്യത്തിന്നു അദ്ദേഹം എനിക്കു എപ്പോഴും നൽകുന്ന ഉപദേശം ഇങ്ങനെ: മുഖത്തും ഹൃദയത്തിലും പ്രസന്നത സൂക്ഷിക്കുക. ജീവിതത്തെ പ്രശാന്തമായി കാണുക, മാനസിക സംഘർഷവും വിഭ്രാന്തിയും ജീവിതത്തിൽ നിന്നും ചിന്തയിൽ നിന്നും മാറ്റിനിർത്തുക.

അങ്ങനെ ഞങ്ങളുടെ ദാമ്പത്യജീവിതം ആഹ്ലാദകരമായ ഉല്ലാസാന്തരീക്ഷത്തിൽ മുന്നോട്ട് പോകുന്നു.

ദീർഘായുസ്സിന്നും ആരോഗ്യത്തിന്നും വേണ്ടി പ്രവർത്തിക്കുകയും ജീവിതത്തിൽ അതിന്നുവേണ്ടുന്ന ക്രമീകരണങ്ങൾ നടത്തുകയും ചെയ്യുന്നതോടൊപ്പം ഈ ദമ്പതികൾ എപ്പോഴും പറയാറുള്ള വാക്കുകൾ കൂടി ഓർക്കുക: ദീർഘായുസ്സിന്നും ആരോഗ്യത്തിന്നും വേണ്ടി ശ്രമിക്കുകയും ജീവിതത്തിൽ അതിന്നു വേണ്ടി ചിട്ടയും നിഷ്ടയും നിലനിർത്തുകയും ചെയ്യുമ്പോഴും എല്ലാറ്റിനും ഉപരിയായി നമ്മെ നിയന്ത്രിക്കുന്ന ഒരു ശക്തിയുണ്ടെന്നും ദൈവഹിതവും ദൈവവിധിയും തട്ടി മാറ്റാൻ സാധിക്കുകയില്ലെന്നും കൂടി ഓർത്തിരിക്കുക."

'അറബിക്കടലിന്റെ സിംഹം'

യു. എ.ഇ.യിലെ പ്രധാന അറബ് പത്രങ്ങളിൽ ഒന്നാണ് 'അൽ ഫജർ'. അർത്ഥം 'സുപ്രഭാതം'. അൽഫജറിന്റെ വാർഷിക പതിപ്പാണ് എന്റെ കയ്യിൽ. ദുബൈ ലൈബ്രറിയിൽ നിന്നാണ് ഇതിന്റെ കോപ്പി കിട്ടിയത്. ഇതിലെ ഒരു ലേഖനം എന്നെ വിസ്മയിപ്പിച്ചു. ഞാൻ വീണ്ടും വീണ്ടും ആ ലേഖനത്തിലൂടെ കണ്ണോടിച്ചു. വിദേശികളോട് പൊരുതി പോർത്തുഗീസുകാരാൽ ക്രൂരമായി വധിക്കപ്പെട്ട കുഞ്ഞാലിമരക്കാർ നാലാമനെക്കുറിച്ചുള്ള ലേഖനം. എഴുതിയിരിക്കുന്നത് പ്രമുഖ അറബ് പത്രപ്രവർത്തകൻ ഡോ: മുഹമ്മദ് യാസീൻ. 'ഫഹദ് അൽ ബഹറുൽ അറബി' എന്നാണ് ലേഖനത്തിന്റെ തലക്കെട്ട്. മലയാള അർത്ഥം 'അറബിക്കടലിന്റെ സിംഹം.' അറബികൾ ഇന്ത്യൻ സ്വാതന്ത്ര്യത്തെയും ഇന്ത്യൻ സ്വതന്ത്ര സേനാനികളേയുംകുറിച്ച് എത്ര സൂക്ഷ്മമായി പഠിക്കുന്നു എന്നു മനസ്സിലാക്കാൻ അതിലെ പ്രസക്തഭാഗങ്ങളിവിടെ പകർത്തട്ടെ:

ദേശാഭിമാനികളെ ഓർമ്മിക്കുന്നത് ഒരു പ്രാർത്ഥനയാണ്. ഇന്ത്യയുടെ എക്കാലത്തെയും അഭിമാനമായ, മാതൃഭൂമിയുടെ സ്വാതന്ത്ര്യം സംരക്ഷിക്കാൻ വിദേശികളോട് പൊരുതി പോർത്തുഗീസുകാരാൽ ക്രൂരമായി വധിക്കപ്പെട്ട കുഞ്ഞാലിമരക്കാർ നാലാമനെക്കുറിച്ചെഴുതുമ്പോൾ ആ പടക്കളം മനസ്സിൽ നിറയുന്നു. ദേശാഭിമാനവും സ്വാതന്ത്ര്യബോധവും ആവേശമാക്കി നൂറുവർഷക്കാലം പോർത്തുഗീസുകാരുമായി പൊരുതിയ നാല് കുഞ്ഞാലി മരക്കാന്മാരുടെ ഐതിഹാസിക ചരിത്രം.

കുഞ്ഞാലി മരക്കാരിൽ അവസാനത്തെ കണ്ണിയായ, പോർത്തുഗീസ് ആധിപത്യത്തെ വേരോടെ പിഴുതെറിയുന്നതിന്നു മുഖ്യ പങ്ക് വഹിച്ച കുഞ്ഞാലിമരക്കാർ നാലാമന്റെ 400-ാം രക്തസാക്ഷിത്വ ദിനമാണ് 2019 ഏപ്രിൽ 11. ഇന്ത്യാ ചരിത്രത്തിലെ നടുക്കുന്ന ഏ

ടുകൾ ഒരിക്കൽ കൂടി വായിച്ചെടുക്കാനുള്ള ദിനം. ചരിത്രത്തിന്റെ ഖബറിടങ്ങളിലെ മീസാൻ കല്ലുകൾക്കു മുമ്പിൽ നമുക്ക് പ്രാർത്ഥനാനിരതരാവാം.

ഇന്ത്യൻ സ്വാതന്ത്ര്യസമരചരിത്രത്തിലെ ആദ്യ രക്തസാക്ഷി കുഞ്ഞാലിമരക്കാർ നാലാമന്റെയും കുഞ്ഞാലിമരക്കാന്മാരുടെയും ജീവിതവും അന്ത്യവും അറിയാതെ പോകുന്നതും അറിയിക്കാതെ പോകുന്നതും ചരിത്രത്തോട് ചെയ്യുന്ന നീതികേടാണ്. അറബ് ചരിത്ര ഗവേഷകനായ സാലം ഉബൈദ് എഴുതുന്നു: പതിനാറാം നൂറ്റാണ്ടിൽ പാശ്ചാത്യ ശക്തികൾ, പോർത്തുഗീസുകാർ, ഇന്ത്യയെ ആക്രമിച്ചപ്പോൾ അവരെ തുരത്തിവിടാൻ അനന്ത വിസ്തൃതമായ അറബി ക്കടലിലും ഇന്ത്യൻ മണ്ണിലും ഘോര സമരങ്ങൾ സംഘടിപ്പിച്ച കുഞ്ഞാലി മരക്കാരുടെ ദേശ സ്നേഹത്തിന്റെ ത്രസിപ്പിക്കുന്ന ഏടുകൾ ഇന്ത്യാ ചരിത്രത്തിലെ അവിസ്മരണീയ അദ്ധ്യായമായി നിൽക്കുന്നു." അന്തർ ദേശീയ ചരിത്രകാരന്മാർ കുഞ്ഞാലി മരക്കാരുടെ ധീരതയും പോരാട്ടവും വിശദമായി രേഖപ്പെടുന്നുണ്ടെങ്കിലും ഇന്ത്യൻ ചരിത്രകാരന്മാർ പ്രത്യേകിച്ച് കേരളചരിത്രം ആ പോരാളികളെക്കുറിച്ച് ഏറെയൊന്നും എഴുതാഞ്ഞത് എന്തുകൊണ്ടാണെന്ന ചോദ്യം ബാക്കിനിൽക്കുന്നു.

തങ്ങളുടെ സാമ്രാജ്യത്തിന്നു ഭീഷണിയായ കുഞ്ഞാലിമരക്കാർ നാലാമനെ വാഗ്ദത്തങ്ങളും പ്രലോഭനങ്ങളും നൽകി അനുനയിപ്പിച്ചെടുക്കാൻ പോർത്തുഗീസ് ഭരണകൂടം ശ്രമിച്ചെങ്കിലും അദ്ദേഹം അല്പംപോലും വഴങ്ങിയില്ല. അദ്ദേഹത്തേയും അനുയായികളേയും പൂർണ്ണമായി നശിപ്പിക്കാൻ പോർത്തുഗീസ് ഭരണകൂടം തീരുമാനിച്ചു. കുഞ്ഞാലി മരക്കാർ നാലാമനെ പറങ്കിപ്പട്ടാളം വളഞ്ഞ് പിടിച്ച് ഗോവയിൽ വൈസ്രോയിയുടെ മുമ്പിൽ ഹാജരാക്കി. കുഞ്ഞാലിയെയും കൂട്ടുകാരെയും തൂക്കികൊല്ലാൻ വൈസ്രോയി നിർദ്ദേശിച്ചു. വൈസ്രോയിയുടെ വസതിയുടെ മുമ്പിൽ കൊടിമരം ഉയർന്നു. പ്രഭുക്കളും പോർത്തുഗീസ് ഭരണകൂടത്തിലെ മേലധികാരികളും ഗോവ സെന്റ്പോൾ ചർച്ചിലെ പുരോഹിതരും എല്ലാം ഒത്തുകൂടി. തൂക്കിലേറ്റുന്നതിന്നു മുമ്പ് തന്റെ മുമ്പിൽ കുഞ്ഞാലിയെ കൊണ്ടുവരാൻ വൈസ്രോയി ആജ്ഞാപിച്ചു.

വൈസ്രോയി: കുഞ്ഞാലിയെപ്പോലെ ധീരനായ പടയാളി നഷ്ടപ്പെടുന്നതിൽ ഖേദമുണ്ട്. ഒരു മാപ്പെഴുതി തരികയാണെങ്കിൽ മ

രണശിക്ഷയിൽ നിന്നു ഒഴിവാക്കാം."

"എന്റെ മരണത്തെക്കുറിച്ച് ചിന്തിച്ച് പ്രയാസം വേണ്ട. രാജ്യത്തിന്റെ സ്വാതന്ത്ര്യം സംരക്ഷിക്കുന്നത് എന്റെ വിശ്വാസത്തിന്റെ ഭാഗമാണ്." നാട്ടിന്നുവേണ്ടി മരിക്കുന്നതിൽ അഭിമാനവും സന്തോഷുമാണെന്നായിരുന്നു കുഞ്ഞാലിയുടെ പ്രതികരണം.

വൈസ്രോയി: കുഞ്ഞാലിക്ക് എന്ത് ആഗ്രഹമുണ്ടെങ്കിലും സാധിച്ചുതരാം"

കുഞ്ഞാലി: "നിങ്ങൾ വിദേശികൾ ഈ നാട് വിട്ടുപോകണം. അത് മാത്രമാണ് ആഗ്രഹം."

വൈസ്രോയിയുടെ മുഖം ചുവന്നു. കുഞ്ഞാലിയെ തൂക്കുമരത്തിലേക്ക് കൊണ്ടുപോകാൻ കല്പിച്ചു. അന്ത്യനിമിഷങ്ങൾ രേഖപ്പെടുത്തുന്നതിങ്ങിനെ: കുഞ്ഞാലിയുടെ മുഖത്ത് അല്പം പോലും വേവലാതിയോ ഭയമോ കണ്ടില്ല. തൂക്കുമരത്തിൽ കുഞ്ഞാലിയുടെ കഴുത്ത് ചെരിഞ്ഞു. മേളങ്ങളുടെ അകമ്പടിയോടെ കോടാലി വീണു. മൃതദേഹം തുണ്ടും തുണ്ടമാക്കി വിവിധ ഭാഗങ്ങളിലേക്ക് അയച്ചു. ശിരസ്സ് കണ്ണൂരിലേക്ക്. പോർച്ചുഗലിലും കുഞ്ഞാലി വധം ആഘോഷിച്ചു.

കുഞ്ഞാലിമരക്കാർ നാലാമൻ ഇന്ത്യ കണ്ട അവിസ്മര ണീയനായ ഇതിഹാസ പുരുഷനെക്കുറിച്ച് പുതിയ തലമുറയിൽ അവഗാഹം ഉണ്ടാക്കാനുള്ള ശ്രമങ്ങളും പ്രവർത്തനങ്ങളും പദ്ധതികളും ആവിഷ്കരിക്കേണ്ടതുണ്ട്. "കുഞ്ഞാലി മരക്കാർ ഇല്ലായിരുന്നുവെങ്കിൽ കേരളത്തിന്റെ ചരിത്രം മറ്റൊന്നാകുമായിരുന്നു" പ്രസിദ്ധ ചരിത്രകാരനായ വേലായുധൻ പണിക്കശ്ശേരി തന്റെ ഗ്രന്ഥങ്ങളിലെല്ലാം ഈ അഭിപ്രായം സമർത്ഥിക്കുന്നു. ഇന്ത്യൻ നാവികസേന പിൻതുടർന്നുകൊണ്ടിരിക്കുന്ന മരക്കാർ യുദ്ധ തന്ത്രങ്ങളും ആ പോരാളിയുടെ വൈഭവത്തിന്റെ നിത്യസ്മാരകങ്ങളാണ്.

പ്രവാസത്തിന്റെ അസ്തമയം

"വർദ്ധിച്ചുവരുന്ന ജനസംഖ്യ, ചുരുങ്ങിവരുന്ന കൃഷി, അകന്നുപോകുന്ന വ്യവസായം തുടങ്ങിയ കാരണങ്ങളാൽ സ്വന്തം നാട്ടിൽ ജീവിതം കരുപ്പിടിപ്പിക്കാൻ സാധിക്കില്ലെന്നും നാടുവിടുന്നതാണഭികാമ്യമെന്നുമുള്ള ചിന്ത മലയാളി യുവത്വത്തെ ബാധിച്ചു തുടങ്ങിയതാണ് കേരളത്തിൽ നിന്നുള്ള കുടിയേറ്റത്തിന്റെ അടിസ്ഥാന കാരണം." എന്ന വാചകത്തോടെയാണു യൂനിവേഴ്സൽ മീഡിയ റിസർച്ച് സെന്റർ പ്രസിദ്ധീകരിച്ച "പ്രവാസത്തിന്റെ അസ്തമയം" എന്ന ഗ്രന്ഥത്തിന്റെ ആമുഖക്കുറിപ്പ് തുടങ്ങുന്നത്. ഒന്നാം ലോകമഹായുദ്ധം തുറന്നുകാട്ടിയ ബാഹ്യലോകവും തൊഴിൽ

പ്രവാസം ഇനിയെത്രകാലം. മദ്രാസിൽ ഓവർസീസ് മലയാളി ഓർഗനൈസേഷൻ സംഘടിപ്പിച്ച സെമിനാർ ഉദ്ഘാടനം ചെയ്യുന്നു.

സാദ്ധ്യതകളും സാമൂഹ്യ വിപ്ലവം നൽകിയ ആത്മവിശ്വാസവും ഈ പ്രവണത പ്രോത്സാഹിപ്പിച്ചു. എന്നാൽ മലയാളികളുടെ കൂട്ടായ കുടിയേറ്റത്തിന്നു കാരണമൊരുക്കിയത് രണ്ടാം ലോകമഹായുദ്ധം ഏല്പിച്ച സാമ്പത്തികാഘാതമാണ്. മലയാളികളിൽ നിരവധി പേർ പതിറ്റാണ്ടുകൾക്കു മുമ്പേ സിലോൺ, ബർമ്മ, മലേഷ്യ തുടങ്ങിയ രാജ്യങ്ങളിൽ ചെന്നു ജീവിതം വേരുപിടിപ്പിച്ചു. ഇവരിൽ ചെറിയൊരു ഭാഗം അതതു നാടുകളിൽ നേരത്തെ സ്ഥിരതാമസ മാക്കിയിരുന്നു. ഡോ: പി.പി.നാരായണനും ഇക്കൂട്ടത്തിലെ മികച്ച മാതൃകകളാണ്.

സ്വാതന്ത്ര്യത്തിനു ശേഷം മലബാർ പ്രദേശത്തുനിന്നു പ്രവിശ്യ തലസ്ഥാനമായ മദ്രാസിലേക്ക് തൊഴിൽ തേടിപ്പോയവരും വ്യവസായ കേന്ദ്രമായ ബോംബെയിലെത്തിയാൽ എങ്ങിനെയെങ്കിലും കഴിഞ്ഞുകൂടാമെന്നു കരുതി പുറപ്പെട്ടവരും റൂർക്കല, ഭിലായ് തുടങ്ങിയ വൻകിട വ്യവസായശാലകളിൽ ചെന്നുപെട്ടവരും ഉദ്യോഗസ്ഥരായി ദൽഹിയിലെത്തി സ്ഥിരതാമസമാക്കിയവരും മറുനാടുകളിലേക്ക് നടന്ന കുടിയേറ്റത്തിന്റെ ഉദാഹരണങ്ങളാണ്.

രണ്ടാം ലോകമഹായുദ്ധത്തിനുശേഷമാണ് യൂറോപ്യൻ നാടുകളിലേക്കുള്ള മലയാളികളുടെ കുടിയേറ്റം തുടങ്ങുന്നത്. രണ്ടു ലോകമഹായുദ്ധങ്ങൾ തകർത്ത പദ്ധതികളുടെ പുനർ നിർമ്മാണത്തിനും ആതുര സേവന രംഗത്തും ജോലിക്കാരെ ആവശ്യമായിത്തീർന്നു. ജർമ്മനിയിലും ഇംഗ്ലണ്ടിലും ഇറ്റലിയിലും മറ്റും നഴ്സിംഗ് പോസ്റ്റിലേക്ക് സ്ത്രീകളെ ആവശ്യമായി. മദ്ധ്യതിരുവിതാംകൂറിലെ തിരുവല്ല, ചെങ്ങന്നൂർ, ചങ്ങനാശ്ശേരി, കോഴഞ്ചേരി തുടങ്ങിയ പ്രദേശങ്ങളിൽ നിന്നു അഭ്യസ്ത വിദ്യരായ യുവതികൾ യൂറോപ്യൻ നാടുകളിലേക്ക് പ്രവഹിച്ചു.

അറുപതുകളുടെ തുടക്കത്തിൽ പേർഷ്യൻ മേഖലയിൽ പെട്രോൾ ലഭിച്ചുതുടങ്ങിയതോടെ ജോലി ചെയ്യാൻ മനസ്സും ആരോഗ്യവുമുള്ള ആർക്കും ഗൾഫിൽ ജോലിയും മികച്ച കൂലിയും കിട്ടിത്തുടങ്ങി. പേർഷ്യൻ നാടുകൾ മലയാളികളുടെ സ്വപ്നഭൂമിയായി മാറി. തങ്ങൾക്ക് നാട്ടിൽ ലഭിക്കുന്ന മഹത്വവും അതുവഴി കുടുംബത്തിനു വരുന്ന മാന്യതയും ഓർത്ത് മരുഭൂമിയിലെ ചുട്ടുപൊള്ളുന്ന അന്തരീക്ഷവും ശാരീരിക വികാരങ്ങളെ ഹോമിക്കുന്ന ഉ

ള്ളിലെ കനലും സഹിച്ചും ജയിച്ചും മലയാളികൾ മണൽക്കാട്ടിൽ ജീവിച്ചു.

വിദൂരങ്ങളിൽ ഒരാൾ അദ്ധ്വാനിക്കുക, അതിനെക്കുറിച്ച് വേവലാതിപ്പെടാതെ ഒത്തിരിപ്പേർ അത് ധൂർത്തടിക്കുക എന്ന പ്രവണതയാണ് ഗൾഫ് മലയാളികളിലും അവരുടെ കുടുംബങ്ങളിലും പിന്നീട് നാം കാണുന്നത്. പല വർഷങ്ങൾക്കിടക്ക് ഏതാനും ദിവസത്തേക്ക് അവധിയിൽ വരുന്നവർ ഇക്കാര്യം ശ്രദ്ധിച്ചില്ല.ശ്രദ്ധിച്ചാലും മറ്റുള്ളവരെ വേദനിപ്പിക്കാനും വെറുപ്പിക്കാനും തയാറല്ലാത്തതിനാൽ അറിഞ്ഞതായി നടിച്ചില്ല. ഈ അലംഭാവമാണ് ഗൾഫ് പണത്തിന്റെ ധൂർത്തിലേക്കും ദുർവിനിയോഗത്തിലേക്കും നയിച്ചത്.

ഒരു നൂറ്റാണ്ടു നീണ്ടുനിന്ന കുടിയേറ്റവും പ്രവാസകാലവും അസ്തമിക്കുകയാണെന്നു സെന്റർ ഫോർ ഡവലപ്മെന്റ് സറ്റഡീസ്, യൂനിവേഴ്സ്യൽ മീഡിയ റിസർച്ച് സെന്റർ, സെന്റർ ഫോർ മിഡിൽ ഈസ്റ്റ് സ്റ്റഡീസ് എന്നിവയുടെ പഠനങ്ങളിലെ വിവരങ്ങൾ നമ്മെ നടുക്കുന്നു.

ഗൾഫ് മലയാളികളുടെ പ്രഥമ പ്രസിദ്ധീകരണമായ ഗൾഫ്വ്യൂസ് ശൈഖ് ഹാമിദ് അൽഹമൈദിന്നു സമർപ്പിക്കുന്നു.

ഗൾഫ് കുടിയേറ്റ ചരിത്രം അവസാന ഘട്ടത്തിലേക്കു പ്രവേശിക്കുകയാണെന്നു ഓർമ്മപ്പെടുത്തിക്കൊണ്ട് സെന്റർ ഫോർ ഡവലപ്മെന്റ് സ്റ്റഡീസ് പ്രസിദ്ധീകരിച്ച 2020 ലെ മൈഗ്രേഷൻ സർവ്വെ റിപ്പോർട്ടിലെ വാചകങ്ങൾ: 2013 ൽ പ്രവാസി മലയാളികളുടെ എണ്ണം ഇരുപത്തി നാല് ലക്ഷമായിരുന്നു. 2013–18 കാലഘട്ടങ്ങൾക്കിടയിൽ 12.94 ലക്ഷം പേർ ഗൾഫിൽ നിന്നു കേരളത്തിൽ തിരിച്ചെത്തി. 2019–21 ൽ അത് ഇരട്ടിയായി അതായത് ആകെ പ്രവാസികളിൽ അറുപത് ശതമാനം തൊഴിലും സമ്പാദ്യവും നഷ്ടപ്പെട്ട് ഈ കാലഘട്ടത്തിൽ കേരളത്തിലേക്ക് മടങ്ങി എന്നു ചുരുക്കം.

ഗൾഫിൽ നിന്നുള്ള ഈ തിരിച്ചുവരവിനു പ്രധാന കാരണങ്ങളായി താഴെ പറയുന്ന കാര്യങ്ങളാണ് പഠന സമിതികൾ ചൂണ്ടിക്കാണിക്കുന്നത്.

ആഗോള സാമ്പത്തിക മാന്ദ്യത്തിനുശേഷം ഗൾഫ് നാടുകളിലെ വിദേശികളുടെ ശമ്പളത്തിൽ പറയത്തക്ക വർദ്ധനവും പുരോഗതിയും ഉണ്ടായില്ല. 2010 നുശേഷം എണ്ണ വിലയിലുണ്ടായ മാ

മുംബെയിൽ സംഘടിപ്പിച്ച ഗ്ലോബൽ എൻ.ആർ.ഐ. മീറ്റ് വേദി കേന്ദ്രമന്ത്രി രാംദാസ് അതേവാല ഗ്ലോബൽ മീറ്റ് ഉദ്ഘാടനം ചെയ്യുന്നു.

ന്ദ്യം അറബ് രാജ്യങ്ങളിലെ സമ്പദ്ഘടനക്ക് വമ്പിച്ച ആഘാതം സൃഷ്ടിച്ചു. ഗൾഫ് നാടുകളിലെ സർവ്വമേഖലയിലും നടപ്പാക്കിവരുന്ന കർശനമായ സ്വദേശവൽക്കരണം കുടിയേറ്റത്തെ നിരുത്സാഹപ്പെടുത്തുന്ന മറ്റൊരു ഘടകമാണ്. അറബ് രാജ്യങ്ങളിലെ ബഹുജന പ്രക്ഷോഭം കാരണം അഭ്യന്തര സുരക്ഷിതത്വം ശക്തിപ്പെടുത്തുന്നതിന്റെ ഭാഗമായി വിദേശികളുടെ എണ്ണം സ്വദേശികളെക്കാൾ വർദ്ധിക്കരുതെന്ന അറബ് നയം അവരുടെ എണ്ണം പരമാവധി കുറക്കാൻ മറ്റൊരു കാരണമാക്കി. ഗൾഫ് നാടുകളിൽ ഡോക്ടർ, എഞ്ചിനീയർ തുടങ്ങിയ പ്രൊഫഷണൽ തസ്തികകളിൽ ജോലി ചെയ്യുന്ന മലയാളികൾ കൂടുതൽ സൗകര്യവും ആഡംബരവും മോഹിച്ച് ഗൾഫ് വിട്ട് കാനഡ, ആസ്ത്രേലിയ, ന്യൂസ്ലാന്റ് തുടങ്ങിയ രാജ്യങ്ങളിലേക്ക് കുടിയേറിക്കൊണ്ടിരിക്കുന്ന പ്രവണത കേരളത്തിൽ നിന്നു പ്രൊഫഷണൽ ബിരുദധാരികളെ റിക്രൂട്ട് ചെയ്യുന്നതിൽ അറബികൾക്ക് വൈമുഖ്യം കൂടാൻ കാരണമായി.

മലയാളികളുടെ ഗൾഫ് കുടിയേറ്റത്തെക്കുറിച്ച് പഠനം നടത്തിയ മുംബൈ യൂനിവേഴ്സിറ്റിയിലെ ഡോ. അഷുതോഷ് ഗജരിയ ഇങ്ങനെ എഴുതുന്നു: "ഗൾഫ് മലയാളികൾക്ക് കേരളത്തിന്റെ സമ്പദ്ഘടനക്ക് ഇനി കൂടുതലൊന്നും സംഭാവന ചെയ്യാനാവില്ല. ഇതാകട്ടെ കേരളത്തിന്റെ പുനർനിർമ്മാണ പ്രവർത്തനങ്ങളെ വരെ ശക്തിയായി ബാധിക്കും. ഇനി എന്ത്?"

ഗൾഫ് നാടുകളിൽ നിന്നു തിരിച്ചുവരുന്നവരെ എങ്ങനെ പുനരധിവസിപ്പിക്കാമെന്നതാണ് കേരളത്തെ അലട്ടിക്കൊണ്ടിരി ക്കുന്ന പ്രശ്നം. മടങ്ങിവരുന്ന മലയാളികളിൽ എൺപത് ശതമാനത്തോളം പ്രത്യേക സാങ്കേതിക പരിജ്ഞാനമില്ലാത്തവരായത് കൊണ്ട് മറ്റു വികസിത നാടുകളിലേക്ക് ജോലിതേടിപ്പോകാൻ ഇവർക്ക് സാധിക്കില്ല. തിരിച്ചു വന്നവരിൽ ബഹുഭൂരിപക്ഷം പേരും ശൂന്യമായ കൈകളോടെയാണ് നാട്ടിലെത്തിയത്. സർക്കാറിന്റെ നയവും പ്രവാസികളുടെ കാര്യത്തിൽ അനുവർത്തിക്കുന്ന അശാസ്ത്രീയമായ സമീപനവുമാണ് ഇതിനു കാരണം. പ്രവാസി പ്രശ്നങ്ങൾക്ക് പരിഹാരം കാണുന്നതിനും അവരുടെ സമ്പാദ്യം ക്രിയാത്മകമായി വിനിയോഗിക്കുന്നതിനുമുള്ള നിർദ്ദേശങ്ങൾ നൽകുന്നതിനുമുള്ള സെല്ലുകൾ വിദേശ രാജ്യങ്ങളിലെ ഇന്ത്യൻ എമ്പസികളിൽ ആരംഭിക്കാൻ ഇന്ത്യാഗവൺമെന്റ് തത്വത്തിൽ അം

ഗീകരിച്ചിട്ട് നിരവധി വർഷങ്ങളായിട്ടും അത് സംബന്ധിച്ച യാതൊരു പ്രവർത്തനവും നടന്നിട്ടില്ല. ഇത് ഒരു ഉദാഹരണം മാത്രം.

യൂനിവേഴ്സൽ മീഡിയ റിസർച്ച് സെന്റർ പ്രസിദ്ധീകരിച്ച "പ്രവാസി പുനരധിവാസം എങ്ങനെ?" എന്ന പുസ്തകത്തിലെ വാചകങ്ങൾ കൂടി ഇവിടെ ചേർക്കുന്നു: "പ്രവാസ ചരിത്രം അവസാനിക്കുന്നു. ഗൾഫ് നാടുകളിൽ നിന്നുള്ള മലയാളികളുടെ തിരിച്ചുവരവ് കേരളത്തിൽ വറുതിയും കെടുതിയും പ്രളയത്തിന്റെ ഭീകരതയും സൃഷ്ടിക്കും. ആശങ്കയല്ല. ആത്മവിശ്വാസമാണ് പ്രവാസികൾക്കിന്നാവശ്യം. എവിടെയാണോ ഇച്ഛാശക്തി അവിടെ വഴിയും ഉണ്ടാകുമെന്നു പ്രവാസികൾ മനസ്സിലാക്കണം. പ്രവാസികളുടെ തിരിച്ച് വരവ് കേരളത്തിൽ സൃഷ്ടിക്കുന്ന പ്രതിസന്ധി അതിജീവിച്ച് അവരെ നാട്ടിന്റെ ഭാഗമായി മാറ്റുന്നതിന്നുള്ള ചിന്തയും ചർച്ചയുമാണിന്നാവശ്യം."

ചുമരെഴുത്ത് വായിക്കുക

"ഗൾഫ് കുടിയേറ്റവും തിരിച്ചൊടുക്കും" എന്ന വിഷയത്തെ സംബന്ധിച്ച ലോവ യൂനിവേഴ്സിറ്റി പ്രൊഫസർ ഡോ: സുബി പോൾ സമർപ്പിച്ച വാചകങ്ങൾ "കഴിഞ്ഞ അരനൂറ്റാണ്ടുകാലത്തെ ഗൾഫ് കുടിയേറ്റത്തിന്നിടയിൽ മലയാളികൾ ഇത്ര തീക്ഷ്ണമായ പ്രതിസന്ധിയും ഉത്കണ്ഠയും നേരിട്ട ഒരു കാലഘട്ടം ഉണ്ടായിട്ടില്ല. അറബ്-ഗൾഫ് നാടുകളിൽ സ്വദേശവത്കരണം ശക്തിപ്പെട്ടു വരുന്നു. പ്രവാസികളുടെ സുരക്ഷിതത്വം ഉദ്ദേശിച്ച് ഇന്ത്യാ ഗവൺമെന്റിന്റെ അഭ്യർത്ഥന അനുസരിച്ച് ഗൾഫ് തൊഴിൽ മന്ത്രാലയങ്ങൾ നടപ്പാക്കിയ നിയമങ്ങളും ഗൾഫ് മലയാളികൾക്ക് ഉദ്ദേശിച്ച് പ്രയോജനം ചെയ്യുന്നില്ല.

പ്രവാസികൾക്ക് നൽകിയ സേവനം പരിഗണിച്ച് മന്ത്രി എം.കമലം പ്രവാസിരത്ന പുരസ്കാരവും സ്വർണ്ണപതക്കവും നൽകുന്നു.

പാശ്ചാത്യ രാജ്യങ്ങളിലെ രാഷ്ട്രീയ അസ്വസ്ഥത, പശ്ചിമേഷ്യയുടെ സാമൂഹ്യ-സാമ്പത്തിക രംഗത്തുണ്ടായിക്കൊണ്ടിരിക്കുന്ന അനിശ്ചിതത്വം, വിദേശികളുടെ കുടിയേറ്റം കാരണം തദ്ദേശീയർക്ക് തൊഴിൽ ലഭിക്കുന്നില്ലെന്ന അറബ് പൗരന്മാരുടെ പരാതി, ആഭ്യന്തര സുരക്ഷിതത്വം ശക്തിപ്പെടുത്താൻ പശ്ചിമേഷ്യൻ ഭരണാധികാരികൾ തീരുമാനിച്ചതിന്റെ അടിസ്ഥാനത്തിൽ വിദേശികളെ പരമാവധി കുറയ്ക്കാനുള്ള തീരുമാനം, പ്രവാസി തൊഴിലാളികൾ ഗൾഫിലെ തൊഴിൽ രംഗത്തുണ്ടാക്കുന്ന അക്രമ സംഭവങ്ങൾ, വ്യവസായ മേഖലയിൽ ഉണ്ടാക്കുന്ന അസ്വസ്ഥത തുടങ്ങിയവയെല്ലാം സ്വദേശവത്ക്കരണത്തിന്റെ കാരണങ്ങളായി ചൂണ്ടിക്കാണിക്കപ്പെടുന്നു."

'കേരളവും ഗൾഫ് പ്രതിസന്ധിയും' എന്ന വിഷയം സംബന്ധിച്ച് പൂന യൂണിവേഴ്സിറ്റി നടത്തിയ പഠനത്തിൽ ഇങ്ങനെ പറയുന്നു: 'കഴിഞ്ഞ അര നൂറ്റാണ്ട് കാലം കേരളത്തെ സമൃദ്ധിയിൽ മുക്കിയ എണ്ണയുടെയും എണ്ണപ്പണത്തിന്റെയും പ്രഭ മങ്ങിക്കൊണ്ടിരിക്കുന്നു. കേരളത്തിലെ യുവാക്കളുടെ സ്വപ്നഭൂമിയായിരുന്ന ഗൾഫിലേക്കുള്ള ഒഴുക്ക് നിലയ്ക്കുന്നു. ഈ തിരിച്ചൊഴുക്ക് കേരളത്തിൽ കടുത്ത വറുതി സൃഷ്ടിക്കും. ഗൾഫ് പണത്തിന്റെ പ്രവാഹം നിൽക്കുന്നതോടെ കേരളം പട്ടിണിയിൽ മുങ്ങും.'

പ്രവാസികളുടെ തിരിച്ചുവരവ് കാരണം കേരളത്തിന്റെ നട്ടെല്ല് തകർക്കുന്ന തീക്ഷ്ണമായ ഈ പ്രതിസന്ധി അതിജീവിച്ച് അതിനെ നാടിന്റെ അനുകൂല ഘടകമാക്കി മാറ്റാൻ സാധിക്കുമോ എന്ന കാര്യത്തെക്കുറിച്ച് കാര്യക്ഷമമായി പഠിക്കുകയും ചിന്തിക്കുകയും ചെയ്യുന്നതിനു പ്രായോഗികവും സൃഷ്ടിപരവുമായ ചില നിർദ്ദേശങ്ങൾ സമർപ്പിക്കുകയാണ് പഠനസമിതി.

കേരളത്തിന്റെ സാധ്യതകൾ എന്തൊക്കെയാണെന്നു പഠിക്കുകയും തിരിച്ചുവരുന്ന പ്രവാസികളുടെ കഴിവും ശേഷിയും എന്താണെന്നു തിട്ടപ്പെടുത്തുകയുമാണ് പ്രാഥമികമായി ചെയ്യേണ്ടത്. കേരളം ആരംഭിക്കുന്ന പദ്ധതികളിൽ വിദേശമലയാളികളുടെ പണം മാത്രമാണ് മുമ്പ് നാം ലക്ഷ്യമിട്ടിരുന്നത്. അവരുടെ തൊഴിൽ ശേഷി പരിഗണിച്ചിരുന്നില്ല. വിദേശ മലയാളികളുടെ തൊഴിൽ പരിചയവും പണവും ഒരുപോലെ മുതൽ മുടക്കിവേണം ഇനി മുന്നോട്ടു പോകാൻ. സമഗ്രമായ വികസനരേഖകളോടുകൂടി ആരംഭിക്കുന്ന

8-ാമത് എൻ.ആർ.ഐ. ഗ്ലോബൽ മീറ്റിൽ വിഷയം അവതരിപ്പിക്കുന്നു- 'പ്രവാസി പുന രധിവാസത്തിന്നു മാർഗ്ഗരേഖ' മന്ത്രി മാത്യു ടി.തോമസ് സമീപം

ഇത്തരം പദ്ധതികളിൽ വിദേശ മലയാളികളുടെ പണം സമാഹരിക്കുവാനും അവരുടെ ആശ്രിതർക്കും തിരിച്ചുവരുന്ന മറ്റു പ്രവാസികൾക്കും തൊഴിൽ നൽകാനും സാധിക്കും.

ഗൾഫിൽനിന്ന് തിരിച്ചുവരുന്ന മലയാളികളുടെ ചിത്രം ഒട്ടും ശോഭനമല്ലെന്ന കാര്യവും നാം മനസ്സിലാക്കണം. വലിയ പ്രശ്നം അവരുടെ യോഗ്യതയില്ലായ്മയാണ്. ഗൾഫ് മലയാളികളിൽ 80 ശതമാനം പേർക്കും പുതുതായി ആർജ്ജിച്ച തൊഴിൽ പരിചയം മാത്രമാണ് ഏക സമ്പത്ത്. മടങ്ങിവന്നവർ ഏർപ്പെട്ട തൊഴിൽ മേഖലകൾ ഏതൊക്കെയാണെന്നു പഠിക്കുമ്പോൾ ഇത് വ്യക്തമാകും. മടങ്ങിവന്ന 38 ശതമാനം പേർ സ്വയംതൊഴിൽ പദ്ധതിയുമായി കഴിയുന്നു. 28 ശതമാനം പേർ വിവിധ മേഖലകളിൽ സാധാരണ തൊഴിലാളികളാണ്. തിരിച്ചുവരുന്നവരുടെ ശരാശരി പ്രായം 34 ആണ്. അതുകൊണ്ട് അവരുടെ ഭാവി സുരക്ഷിതത്വത്തിന് വേണ്ടി ഏതെങ്കിലും മാർഗ്ഗം കണ്ടേ മതിയാവൂ.

കേരളത്തെ സംബന്ധിച്ചിടത്തോളം ഇപ്പോൾ ഏറ്റവും കൂടുതൽ ചർച്ച ചെയ്യപ്പെടുന്നത് ടൂറിസം മേഖലയാണ്. അനന്തമായ വികസനസാധ്യതകളാണ് ഇവിടെ ഈ മേഖലയിലുള്ളത്. പ്രത്യേകി

ച്ചും ഇക്കോ ടൂറിസത്തിന്റെ കാര്യത്തിൽ. വിദേശ ടൂറിസ്റ്റുകളുടെ എണ്ണം കേരളത്തിൽ വർഷം പ്രതി വർദ്ധിച്ചുവരുന്നു.

കൃഷി, ഡയറി, പൗൾട്രി ഫാമിങ് തുടങ്ങിയ മേഖലകളിൽ ചെറുകിട സംരംഭങ്ങൾ പലയിടത്തും വിജയകരമായി നടന്നുവരുന്നു. ചിലയിടത്ത് കൂട്ട സംരംഭങ്ങളും വൻ വിജയമായിട്ടുണ്ട്. ഈ മേഖലയിൽ ആളും അർത്ഥവും നല്കി വിദേശ മലയാളികളെ സഹായിക്കാനാകും. കേരഫെഡ്, റെബ്കോ, മാർക്കറ്റ് ഫെഡ്, കാംപ്കോ തുടങ്ങിയ സ്ഥാപനങ്ങളുടെ പിന്തുണയും സഹകണവും സാങ്കേതിക പിൻബലവും സർക്കാർ പ്രവാസികൾക്ക് നൽകണം. ഐ.ടി രംഗത്തും ഇതര സാങ്കേതിക മേഖലകളിലും കേരളത്തിൽ ഒട്ടേറെ സ്ഥാപനങ്ങൾക്ക് സാധ്യതയുണ്ട്. ഈ സാധ്യതകൾ തിരിച്ചുവരുന്ന പ്രവാസികൾക്കും പ്രത്യേകിച്ച് ഗൾഫ് മലയാളികൾക്കും വേണ്ടി ഉപയോഗപ്പെടുത്തുന്നത് സംബന്ധിച്ച് സർക്കാർ സജീവമായി ചിന്തിക്കുകയാണെങ്കിൽ പ്രവാസി പുനരധിവാസം സുഗമമാക്കാൻ പ്രയാസമുണ്ടാവില്ല. ഗൾഫിൽ നിന്നുള്ള മലയാളികൾ തിരിച്ചുവരുന്നത് കാരണം കേരളം അഭിമുഖീകരിക്കുന്ന പ്രതിസന്ധി അതിജീവിക്കാൻ സാധിക്കും. 'അക്കരെയല്ല, ഇക്കരെയാണ് ഇനി

മുൻ മുഖ്യമന്ത്രി കെ. കരുണാകരൻ പ്രവാസികളുടെ ആവശ്യങ്ങളടങ്ങിയ നിവേദനം സമർപ്പിക്കുന്നു. കെ. മുരളീധരൻ, എം.കെ. മുനീർ, എ. സുജനപാൽ, എം.ടി. പത്മ തുടങ്ങിയവർ.

പച്ച്' എന്ന തിരിച്ചറിവ് പ്രയാസങ്ങളോടെ മടങ്ങിയെത്തുന്ന പ്രവാസികൾക്കു ഉണ്ടാക്കിക്കൊടുക്കാനും കഴിയും.

പ്രവാസി പുനരധിവാസ കാര്യത്തിൽ ഇന്ത്യയിലെ ദേശസാൽകൃത ബാങ്കുകൾ അനുവർത്തിച്ചുകൊണ്ടിരിക്കുന്ന നയങ്ങളും നടപ്പാക്കിക്കൊണ്ടിരിക്കുന്ന പദ്ധതികളും വിദേശ മലയാളികൾ മനസ്സിലാക്കേണ്ടതുണ്ട്. ബാങ്കുകൾ എന്നും പ്രവാസികൾക്ക് താങ്ങായി ഉണ്ട് എന്നുകൂടി മനസ്സിലാക്കണം. ചുരുക്കത്തിൽ ഇച്ഛാ ശക്തിയും സുദൃഢമായ മാനിസിക സ്ഥൈര്യവുമാണ് പ്രവാസികൾക്കിന്നാവശ്യം. അടഞ്ഞ വാതിലുകളിലേക്ക് കണ്ണും നട്ടിരിക്കുകയല്ല, പുതിയ വാതിലുകൾ തുറക്കാനുള്ള ശ്രമങ്ങൾ നടത്തുകയാണ് വേണ്ടത്. ഒന്നുകൂടി ഊന്നിപ്പറയുന്നു: ബാങ്കുകൾ എല്ലാ നല്ല സംരംഭങ്ങൾക്കും നിങ്ങളുടെ കൂട്ടുകാരായുണ്ട്.

ഗൾഫ് നാടുകൾ നടപ്പാക്കിവരുന്ന സ്വദേശി വൽക്കരണം കാരണം തൊഴിലും സ്വത്തും നഷ്ടപ്പെട്ട് ശൂന്യമായ കൈകളോടെ തിരിച്ചുവന്നുകൊണ്ടിരിക്കുന്നവരുടെ പുനരധിവാസമാണു സർക്കാർ മുഖ്യ അജണ്ടയായി ഇനി സ്വീകരിക്കേണ്ടത്. വികസനം സ്തംഭിക്കുകയും നാട്ടിന്റെ നട്ടെല്ല് തകരുകയും ചെയ്യുന്ന ഒരവസ്ഥയിലാണ് നാടിന്ന്.

ഇച്ഛാശക്തികൊണ്ട് ഇതിഹാസം രചിക്കാം

ആഗോള സാമ്പത്തിക മാന്ദ്യം ലോകരാജ്യങ്ങളെ പ്രത്യേകിച്ച് അമേരിക്കയേയും യൂറോപ്യൻ രാജ്യങ്ങളേയും പിടിച്ചുലച്ചപ്പോൾ ഇന്ത്യൻ സമ്പദ് വ്യവസ്ഥക്ക് കുറെയൊക്കെ പിടിച്ചു നിൽക്കാൻ കഴിഞ്ഞു എന്നത് അഭിനന്ദനാർഹമാണ്. മറ്റു രാജ്യങ്ങളിൽ ജി.ഡി.പി. വളർച്ച നെഗറ്റീവ് ആയിരുന്നപ്പോൾ നമ്മുടെ സമ്പദ്‌വ്യവസ്ഥയുടെ വളർച്ച 8 ശതമാനത്തിലധികമായിരുന്നു. ഇത് വളരെ മികച്ചതും എടുത്തുപറയാവുന്നതുമായ നേട്ടമാണ്. എന്നാൽ വ്യാപാര, വ്യവസായ കയറ്റുമതി, തൊഴിൽ, വാഹനനിർമ്മാണം ഐ.ടി.

ന്യൂ ഡൽഹിയിൽ സംഘടിപ്പിച്ച എൻ.ആർ.ഐ. മീറ്റ് കേന്ദ്ര മന്ത്രി രാംദാസ് അതേവാല ഉദ്ഘാടനം ചെയ്യുന്നു.

എന്നിങ്ങനെ പ്രധാനപ്പെട്ട എല്ലാ മേഖലകളിലും നമുക്ക് തിരിച്ചടികളുണ്ടായിട്ടുണ്ട്. ഓഹരിവിപണിയിലും സാമ്പത്തിക മാന്ദ്യത്തിന്റെ അലയടികൾ അനുഭവപ്പെട്ടു.

സാമ്പത്തിക മാന്ദ്യവുമായി ബന്ധപ്പെട്ട ബുദ്ധിമുട്ടുകൾ കുറച്ചു കാലം കൂടി ഉണ്ടായേക്കാമെങ്കിലും, ചില ശുഭലക്ഷണങ്ങൾ കണ്ടുതുടങ്ങിയിട്ടുള്ളത് ആശ്വാസകരമാണ്.

പ്രവാസികൾ ഈ അവസരത്തിൽ മനസ്സിലാക്കാൻ ചില കാര്യങ്ങൾ ചൂണ്ടിക്കാണിക്കുകയാണിവിടെ:

നമ്മുടെ രാജ്യത്ത് കയറ്റുമതിക്ക് ഏർപ്പെടുത്തിയിരുന്ന ചില നിയന്ത്രണങ്ങൾക്ക് കേന്ദ്ര സർക്കാർ അയവു വരുത്തിയത് ഗൾഫ് മേഖലയിലേക്കുള്ള തുണി, ഭക്ഷണ പദാർത്ഥങ്ങൾ, നിർമ്മാണ സാമഗ്രികൾ എന്നിവയുടെ കയറ്റുമതിക്ക് ഉത്തേജനം നൽകും.

കയറ്റുമതിക്കുള്ള ബാങ്ക് വായ്പക്ക് 2 ശതമാനം പലിശ സബ്സിഡി ലഭിക്കുന്നതും ബന്ധപ്പെട്ട സംരംഭങ്ങൾക്ക് വലിയ പ്രോത്സാഹനമാണ്. 10 ലക്ഷം വരെയുള്ള ഭവനവായ്പക്ക് ഒരു ശതമാനം പലിശ സബ്സിഡി കേന്ദ്രസർക്കാർ പ്രഖ്യാപിച്ചത് ഭവന നിർമ്മാണ മേഖലയ്ക്ക് ഉണർവ്വ് നൽകിയിട്ടുണ്ട്.

സാമ്പത്തിക പ്രതിസന്ധിക്കു മുമ്പ് ഇന്ത്യയിലെ സോഫ്റ്റ്‌വെയർ

കോഴിക്കോട്ട് സംഘടിപ്പിച്ച എൻ.ആർ.ഐ. സംരംഭകത്വ സെമിനാറിൽ ആമുഖ പ്രഭാഷണം നടത്തുന്നു.

മേഖലയിൽ 5.50 ലക്ഷത്തിലധികം ജീവനക്കാരാണുണ്ടായിരുന്നത്. എന്നാൽ ഈ മേഖലയെ പ്രതിസന്ധി ശക്തമായി ബാധിച്ചിട്ടുണ്ടെന്നാണ് ഈ രംഗത്തെ തൊഴിലാളികൾ നേരിടുന്ന പ്രശ്നം.

തൊഴിൽമേഖലയിൽ മികവുള്ള ചെറുപ്പക്കാരുടെ വലിയൊരു നിരതന്നെ ഇവിടെ ഉണ്ടെന്നുള്ളതിൽ നമുക്ക് അഭിമാനിക്കാം. ഇത് ലോകം ഉറ്റുനോക്കുന്ന നമ്മുടെ ശക്തിയാണ്.

ബാങ്കുകളിൽ നിന്ന് വിദ്യാഭ്യാസ വായ്പക്ക് ഇപ്പോഴും ധാരാളം ആവശ്യക്കാരുള്ളതുകൊണ്ട് ഈ മേഖലയെ മാന്ദ്യം കാര്യമായി ബാധിച്ചിട്ടില്ല എന്നതും ശുഭോദർക്കമായ മറ്റൊരു വസ്തുതയാണ്.

പ്രവാസി ഇന്ത്യക്കാർ നാട്ടിലേക്ക് വിദേശനാണ്യം അയച്ചതിന്റെ കണക്കുകൾ കാണിക്കുന്നത്, കഴിഞ്ഞ മാന്ദ്യകാലത്ത് പോലും വർദ്ധനയുണ്ടായിട്ടുണ്ട് എന്നാണ്. ഡോളറിന്റെയും മറ്റു മിക്കവാറും എല്ലാ പ്രമുഖ കറൻസികളുടെയും വിനിമയ നിരക്കിലുണ്ടായ വർദ്ധനവും അമേരിക്കൻ-യൂറോപ്യൻ ബാങ്കുകളുടെ തകർച്ചമൂലം വിദേശ ബാങ്കുകളിൽ നിക്ഷേപം സൂക്ഷിക്കുവാൻ പ്രവാസി

മുംബൈയിൽ നടന്ന വേൾഡ് മലയാളി സമ്മേളനത്തിൽ

മഹാരാഷ്ട്രയിലെ ബേലാപൂരിൽ മറാട്ടിമന്ദിർ നൽകിയ സ്വീകരണം

കൾക്കുണ്ടായ ഭയവുമാണ് വിദേശനാണ്യം ഇന്ത്യയിലേക്ക് അയയ്ക്കുന്നതിൽ വർദ്ധനവുണ്ടാക്കിയത്.

അമേരിക്കൻ-യൂറോപ്യൻ ബാങ്കുകൾ പലതും തകർന്നപ്പോൾ, ഇന്ത്യയിലെ ബാങ്കുകൾ കൂടുതൽ കെട്ടുറപ്പുള്ളതും വിശ്വസനീയവുമാണെന്ന് ലോകം തിരിച്ചറിഞ്ഞു. ഏതാനും ബാങ്കുദ്യോഗസ്ഥന്മാരുടെ അനാസ്ഥ കാരണം ഇന്ത്യയിൽ സമീപകാലത്തായി ചില ബാങ്ക് തട്ടിപ്പ് സംഭവങ്ങൾ ഉണ്ടായിട്ടുണ്ടെന്നതും ഇവിടെ വിസ്മരിക്കുന്നില്ല. എങ്കിലും റിസർവ് ബാങ്കിന്റെ മികച്ചരീതിയിലുള്ള മേൽനോട്ടവും നിയന്ത്രണങ്ങളും ഗവൺമെന്റിന്റെ ഉത്തേജക നടപടികളും ഇന്ത്യൻ ബാങ്കിംഗ് വ്യവസ്ഥയെ കരുത്തുറ്റതാക്കി നിലനിർത്തുന്നു. ഈ തിരിച്ചറിവ് പ്രവാസി ഭാരതീയരുടെ നിക്ഷേപം വർദ്ധിച്ച രീതിയിൽ ഇന്ത്യയിലേക്ക് ഒഴുകുവാൻ ഇടയാക്കുന്നു.

സാമ്പത്തികരംഗത്ത് പ്രകടമായിക്കൊണ്ടിരിക്കുന്ന പുത്തൻ ഉണർവ്വും സുരക്ഷിതമായ ബാങ്കിംഗ് സംവിധാനവും ഇന്ത്യയിലേക്ക് പ്രവാസി ഭാരതീയരുടെയും മറ്റുള്ളവരുടെയും കൂടുതൽ വിദേശനിക്ഷേപം വരുവാൻ ഇടയാകുമെന്ന് നമുക്ക് പ്രത്യാശിക്കാം. സമരവും പണിമുടക്കും മറ്റു കാരണങ്ങളും മൂലം തൊഴിൽ ദിനങ്ങൾ നഷ്ടപ്പെടാതെ നോക്കേണ്ടത് ഈ സമയത്ത് വളരെ പ്രധാ

നമാണ്. ഇതിനായി ബന്ധപ്പെട്ടവർ ആത്മാർത്ഥമായി ശ്രമിക്കേണ്ടതാണ്.

ഈ സാമ്പത്തിക പ്രതിസന്ധി നിശ്ചയദാർഢ്യത്തോടെ, ആത്മവിശ്വാസത്തോടെ, കഠിനാദ്ധ്വാനത്തിലൂടെ, അർപ്പണബോധവും പ്രതിബദ്ധതയുമുള്ള പ്രവർത്തനത്തിലൂടെ, പരസ്പര സഹകരണത്തിലൂടെ നമുക്കു മറികടക്കാം. ഐശ്വര്യത്തിന്റെ, സമൃദ്ധിയുടെ പാതയിലേക്കു ഇന്ത്യയും ഇന്ത്യൻ ജനതയും മുന്നോട്ട് വരട്ടെ... നമുക്ക് ഇച്ഛാശക്തികൊണ്ട് ഇതിഹാസം രചിക്കാം- പ്രവാസികൾ മനസ്സിലാക്കേണ്ട സുപ്രധാന കാര്യങ്ങളും അവർക്കുള്ള സന്ദേശവും ഇതാണ്.

അറബ് അദ്ധ്യാപകന്റെ ഗ്രന്ഥശേഖരത്തിൽനിന്ന്

അബുദാബി മദ്രസ്സത്തുൽ ബനിയാസിലെ ചരിത്രവിഭാഗം മേധാവിയാണ് പ്രൊഫസർ അബ്ദുല്ല സൽമാൻ. അറിയപ്പെടുന്ന അറബ് എഴുത്തുകാരൻ. ഒരുദിവസം അദ്ദേഹം തന്റെ ഗ്രന്ഥശേഖരം കാണാൻ എന്നെ ക്ഷണിച്ചു. ഒരു ഇന്ത്യൻ ലൈബ്രറിയിലോ, ഒരു ഇന്ത്യൻ ചരിത്രകാരന്റെ ഗ്രന്ഥശേഖരത്തിലോ കാണുന്നതിലേറെ ഇന്ത്യയെക്കുറിച്ചും ഇന്ത്യൻ ഭരണാധികാരികളെക്കുറിച്ചുമുള്ള പ്രാമാണിക ഗ്രന്ഥങ്ങൾ ഞാൻ ആ ഗ്രന്ഥശേഖരത്തിൽ കണ്ടു. മുഗൾ ഭരണാധികാരികളെക്കുറിച്ച് മാത്രം ഏഴോളം അറബി ഗ്രന്ഥങ്ങൾ. മുഗൾ രാജാവ് സിറാജുദ്ദീൻ ബഹദൂർഷാ സഫറിനെക്കുറിച്ച് എഴുതിയ അറബ് പുസ്തകത്തിന്റെ കോപ്പി അദ്ദേഹം എനിക്കു തന്നു. ഒരു അറബ് ചരിത്ര അദ്ധ്യാപകൻ ഒരു മുഗൾ രാജാവിനെക്കുറിച്ച് എന്തുപറയുന്നു എന്ന് വായിക്കാനെനിക്ക് താല്പര്യമായി.

സാഹസിക സംഭവങ്ങൾക്ക് സാക്ഷികളായ ചക്രവർത്തിമാരുടെ കാലഘട്ടമായിരുന്നു ഇന്ത്യയിലെ മുഗൾ ഭരണകാലം. ബാബർ മുതൽ സിറാജുദ്ദീൻ ബഹദൂർഷാ സഫർ വരെയുള്ള മുഗൾ ചക്രവർത്തിമാർ 331 വർഷക്കാലം ഇന്ത്യ ഭരിച്ചു. ബഹദൂർഷാ സഫറുടെ കാലത്താണ് മുഗൾ ഭരണം അവസാനിക്കുന്നത്. അതിസാഹസികനും സ്വതന്ത്രചിന്തകനും ജീവിതമൂല്യങ്ങൾക്ക് വിലകല്പിക്കുന്നവനും കവിയും കലാസ്നേഹിയുമായ ബഹുമുഖ വിശേഷണമുള്ള ഒരു ഭരണാധികാരിയായിരുന്നു ബഹദൂർഷാ സഫർ.

ആദ്യത്തെ ഇന്ത്യൻ സ്വാതന്ത്ര്യ സമരമായ ശിപായി ലഹളക്ക് നേതൃത്വം നൽകിയ സഫറിനെ ഹഡ്സൺ പ്രഭുവിന്റെ നേതൃത്വത്തിലുള്ള ബ്രിട്ടീഷ് പട്ടാളം അറസ്റ്റ് ചെയ്തു. സഫറിന്റെ ബന്ധുക്കളെ വെട്ടിനുറുക്കി. ബ്രിട്ടീഷ് ഭരണകൂടം ചക്രവർത്തിയെ ബർ

മ്മയിലെ റങ്കൂണിലേക്ക് നാടുകടത്തി. ഒരു കാളവണ്ടിയിലാണ് സഫർ ചക്രവർത്തിയെയും കുടുംബത്തെയും ദൽഹിയിൽ നിന്നു കയറ്റി അയച്ചത്.

വളരെ ദുരിതപൂർണ്ണമായിരുന്നു റങ്കൂണിലെ കാരാഗൃഹത്തിൽ അദ്ദേഹത്തിന്റെ ജീവിതം. തടവറയിൽ അദ്ദേഹം അവശനും രോഗിയുമായി മാറി. മാപ്പ് എഴുതിത്തന്നാൽ മോചിപ്പിക്കാമെന്നു ബ്രിട്ടീഷ് ഭരണ മേധാവികൾ പറഞ്ഞെങ്കിലും അദ്ദേഹം വഴങ്ങിയില്ല. ബ്രിട്ടീഷ്മേധാവികൾ അദ്ദേഹത്തെ ബ്രിട്ടീഷ് ചാരനായി ചിത്രീകരിച്ച് ഇന്ത്യക്കാരുടെ ശത്രുവാക്കാൻ ശ്രമിച്ചെങ്കിലും അദ്ദേഹം പതറിയില്ല.

1862 നവംബർ ഏഴിനു സിറാജ്ജുദ്ദീൻ ബഹദൂർഷാ സഫർ മരണപ്പെട്ടു. യാതൊരുവിധ ഔദ്യോഗിക ചടങ്ങുമില്ലാതെ മൃതദേഹം ഖബറടക്കി. ഖബറടക്കിയ സ്ഥലത്ത് ശിലകളോ മറ്റടയാളങ്ങളോ സ്ഥാപിച്ചില്ല. ഖബറിടം കാടുംപടലും പിടിച്ച് ആർക്കും മനസ്സിലാവാത്ത വിധത്തിൽ വിസ്മരിക്കപ്പെട്ടു.

1991 ലെ ഇന്ത്യൻ സ്വാതന്ത്ര്യദിനത്തിൽ മലേഷ്യയിലെ ഇന്ത്യൻ സംഘടനകൾ ബഹദൂർഷായുടെ ഖബറിടം കണ്ടെത്തുകയും ഇതിന്നു സമീപത്തായി ഒരു പ്രാർത്ഥനാഹാൾ സ്ഥാപിക്കുകയും ചെയ്തു. ചരിത്രത്തിൽ നിന്നു ഒരിക്കലും അടർത്തിമാറ്റാൻ വയ്യാത്തതായിരുന്നു ഇന്ത്യൻ സ്വാതന്ത്ര്യത്തിന്നുവേണ്ടി അദ്ദേഹം അർപ്പിച്ച സേവനങ്ങളെന്നു ഹാളിനു പുറത്ത് കൊത്തിവെച്ചു. ശ്രീ.നരസിംഹറാവു വിദേശകാര്യ മന്ത്രിയായിരുന്നപ്പോൾ റങ്കൂൺ സന്ദർശിച്ച അവസരത്തിൽ മുഗൾ ചക്രവർത്തി ബഹദൂർഷാ സഫറിനെ ഓർക്കുകയും അദ്ദേഹത്തിന്റെ അന്ത്യവിശ്രമസ്ഥലം അന്വേഷിച്ചു കണ്ടെത്തി ഖബറിടത്തിൽ പൂക്കൾ അർപ്പിക്കുകയും ചെയ്തു. 1988 ൽ റങ്കൂൺ സന്ദർശിച്ച ശ്രീ. രാജീവ്ഗാന്ധിയും 2001 ൽ വിദേശകാര്യമന്ത്രിയായിരുന്ന ജസ്വന്ത് സിംഗും സഫറിന്റെ ഖബറിടം സന്ദർശിച്ച് ആദരവർപ്പിച്ചു.

2006 ൽ റങ്കൂൺ സന്ദർശിച്ച ഇന്ത്യൻ രാഷ്ട്രപതി ശ്രീ. എ.പി.ജെ. അബ്ദുൽ കലാം സഫറിന്റെ ഖബറിടത്തിൽ പൂക്കളർപ്പിച്ച് ഇങ്ങിനെ എഴുതി: അങ്ങ് പറഞ്ഞു അങ്ങയെ കാണാൻ ആരും എത്തില്ല എന്ന്. ഇന്നു നമ്മുടെ രാജ്യത്തിന്നുവേണ്ടി ഞാൻ അങ്ങയുടെ കുടീരത്തിൽ പൂക്കൾ വിതറുന്നു, ഫാത്തിഹ ചൊല്ലുന്നു.

സംഭവബഹുലവും ദുഃഖപര്യവസായിയുമായിരുന്നു ബഹദൂർ ഷാ സഫറിന്റെ ജീവിതം. അവസാനകാലത്ത് അദ്ദേഹം അനുഭവിച്ച മാനസികനൊമ്പരം നമ്മുടെ കണ്ണുനിറക്കുന്നു. നയത്തിൽ മാറ്റംവരുത്തിയാൽ കാരാഗൃഹത്തിൽ നിന്നു മോചിപ്പിക്കാമെന്നു അവസാന നിമിഷത്തിലും ബ്രിട്ടീഷ് പട്ടാളമേധാവി അഭ്യർത്ഥിച്ചെങ്കിലും എന്ത് ത്യാഗം സഹിച്ചാലും തീരുമാനത്തിൽ നിന്നും ആദർശത്തിൽനിന്നും പിറകോട്ടു പോകില്ലെന്നു അദ്ദേഹം മറുപടി നൽകി.

അദ്ദേഹം തടവറയിൽ വെച്ചെഴുതിയ കവിതയിൽ നിന്നുള്ള വരികൾ കേട്ടാൽ അവസാനകാലത്തെ ആ മാനസികാവസ്ഥ മനസ്സിലാകും.

“ഇപ്പോൾ ഞാൻ ആരുടെയും മിഴികളിലെ വെളിച്ചമല്ല
ആരുടെയും ഹൃദയത്തിലെ ശാന്തിയല്ല
പിന്നെ എന്റെ ഖബറിടത്തിൽ എന്തിനു
പൂക്കൾ വിതറണം...”

ഒരു നോവുന്ന ഹൃദയത്തിന്റെ തേങ്ങൽ ഈ വരികളിൽ നമുക്ക് കേൾക്കാം.

ബഹദൂർഷായുടെ സ്മരണാർത്ഥം മലേഷ്യയിലെ ഇന്ത്യൻ സംഘടനകൾ അദ്ദേഹത്തിന്റെ ഖബറിടത്തിന്നു സമീപമായി നിർമ്മിച്ച ബഹദൂർഷാ സ്മാരക സൗധം അദ്ദേഹത്തിന്റെ ചരമദിനമായ 2018 നവംബർ 7 ന് ഉദ്ഘാടനം ചെയ്യപ്പെട്ടു. രാജ്യസ്നേഹവും ധർമ്മബോധവും പകരുന്ന ആ ജീവിതത്തെക്കുറിച്ച് ഞാൻ മനസ്സിലാക്കിയത് ഒരു അറബ് ഗ്രന്ഥത്തിൽ നിന്നാണെന്നത് ആ മഹാനെക്കുറിച്ചുള്ള ആദരവ് വർദ്ധിപ്പിച്ചു.

വിരഹത്തിന്റെ നൊമ്പരം

പ്രവാസികളുടെ പ്രശ്നങ്ങൾ സംബന്ധിച്ച് ചർച്ച ചെയ്യുമ്പോൾ അവരുടെ സാമ്പത്തിക കാര്യങ്ങളല്ലാതെ അവർ അനുഭവിക്കുന്ന മാനസിക പ്രയാസങ്ങൾ പഠന വിധേയമാക്കുന്ന പതിവ് നമ്മുടെ ചരിത്രകാരന്മാർക്കില്ല.

ഭർത്താവ് ഗൾഫിൽ, ഭാര്യ വീട്ടിൽ ഏകാന്തതയിൽ, രക്ഷിതാക്കൾ വിദേശത്ത്, മക്കൾ നാട്ടിൽ ബന്ധുക്കളുടെ കൂടെ യാതൊരു നിയന്ത്രണവുമില്ലാതെ ഗൾഫിൽ നിന്നയക്കുന്ന കാശ് കൊണ്ട് അത്യാഡംബരപൂർവ്വം ജീവിച്ച് വഴിതെറ്റുന്നു!

വിദേശത്ത് ജോലിചെയ്യുന്ന ദമ്പതിമാരുടെ പ്രശ്നം മറ്റൊന്ന്. ഇത് എവിടെയും ശ്രദ്ധിക്കപ്പെടാതെ പോകുന്നു. റഫീഖിന്റെയും സാജിദയുടെയും അനുഭവം ഉദാഹരണമായെടുക്കാം. രണ്ടു പേർക്കും നല്ല ജോലി. കുറച്ച് മാസം കഴിഞ്ഞപ്പോൾ സാജിദ ജോലി ചെയ്യുന്നത് ഭർത്താവിനു ഇഷ്ടമല്ലാതായി. റഫീഖിന്റെ നിർബന്ധം കാരണം ജോലി രാജിവെച്ചു. ഒരാളുടെ ശമ്പളംകൊണ്ട് ജീവിക്കാൻ സാധിക്കാതെ വന്നപ്പോൾ ഭാര്യയെ നാട്ടിലേക്കയച്ചു. സാജിദ റഫീഖിന്റെ വീട്ടിലെത്തി അധികനാൾ കഴിയുന്നതിനു മുമ്പുതന്നെ റഫീഖിന്റെ മാതാപിതാക്കളുമായി സ്വരച്ചേർച്ചയില്ലാതായി. ക്രമേണ അത് ഇരുകൂട്ടരും തമ്മിലുള്ള കലഹത്തിലേക്കെത്തി. പരാതിയുമായി റഫീഖിന്നു ദിവസവും ഉമ്മയുടെയും സാജിദയുടെയും ഫോൺകോളുകൾ. അദ്ദേഹത്തിന് സ്വസ്ഥത നഷ്ടപ്പെട്ടു. ജോലിയിൽ ശ്രദ്ധിക്കാൻ കഴിയാത്ത അവസ്ഥ. ഒടുവിലത് ഉദ്യോഗം നഷ്ടപ്പെടുന്നതിലേക്കെത്തിച്ചു. ആ വിവാഹബന്ധം മുറിഞ്ഞു. കുറെദിവസം മുറിയിൽ ഏകയായി ഇരുന്ന സാജിദ ഇന്നു ഒരു മാനസിക രോഗിയാണ്.

ഗൾഫ് നാടുകളിലുള്ള പ്രവാസികളുടെ നാട്ടിൽ കഴിയുന്ന ഭാ

ര്യമാർ അനുഭവിക്കുന്ന ഏകാന്തതയും അത് സൃഷ്ടിക്കുന്ന മാനസിക പ്രശ്നങ്ങളും പഠിക്കുന്നതിന്നും അതിന് പരിഹാരം കണ്ടെത്തുന്നതിനും മനശാസ്ത്ര വിദഗ്ദ്ധർ ശ്രമം നടത്തുന്നില്ലെന്നു പ്രവാസി വെൽഫെയർ സെന്റർ ഗൾഫ് മലയാളികളെ കേന്ദ്രീകരിച്ച് നടത്തിയ പഠന റിപ്പോർട്ടിൽ പറയുന്നു. "മാനസിക സംഘർഷം കാരണം മനോരോഗികളായി മാറി മനശാസ്ത്ര ക്ലിനിക്കുകളിലും കൗൺസലിംഗ് സെന്ററുകളിലും എത്തിപ്പെടുന്ന പ്രവാസി ഭാര്യമാരുടെ ജീവിതാനുഭവങ്ങൾ നമ്മെ നടുക്കുന്നു. ഗൾഫ് രാജ്യങ്ങളിൽ അവരുടെ ഭർത്താക്കൻമാർ അനുഭവിക്കുന്ന മാനസിക സംഘർഷം അതിലേറെ പരിതാപകരമാണ്." റിപ്പോർട്ടിലെ വാചകങ്ങൾ.

സെന്റർ ഫോർ മിഡിൽ ഈസ്റ്റ് സ്റ്റഡീസ് പ്രവാസികളുടെ കുടുംബജീവിതത്തെക്കുറിച്ച് നടത്തിയ പഠനത്തിലെ ചില വാചകങ്ങൾ ശ്രദ്ധിക്കുക: "ഭർത്താവ് വിദേശത്താവുന്നതോടെ കുടുംബത്തിന്റെയും കുട്ടികളുടെയും ഉത്തരവാദിത്തം ഭാര്യയുടെ ചുമലിലാവുന്നു. പിതാവിന്റെ അസാന്നിദ്ധ്യവും അഭാവവും കാരണം മാതാവിൽ നിന്നു അമിത ലാളന ലഭിച്ച് കുട്ടികൾ വഴിതെറ്റുന്നു. ജയിലിൽവരെ അകപ്പെട്ട സംഭവങ്ങളുണ്ടായിട്ടുണ്ട്. കുട്ടികൾക്കുവേണ്ടി ഗൾഫിലെ കൊടുംചൂടിൽ അദ്ധ്വാനിക്കുന്ന പിതാവ് ഇതറിയുന്നതോടെ മാനസികമായി തകരുന്നു."

മക്കളെ ഡോക്ടർമാരാക്കണമെന്നാണ് കുവൈത്തിൽ ജോലി ചെയ്യുന്ന സണ്ണിയുടെയും മേരിയുടെയും മോഹം. ഇതിന്നുവേണ്ടി പണം സമ്പാദിക്കുന്ന ബദ്ധപ്പാടിലാണവർ. മക്കളാണെങ്കിൽ വിദേശത്ത് കഴിയുന്ന മാതാപിതാക്കളെ പുച്ഛത്തോടെയാണ് കാണുന്നത്. ഞങ്ങളെ ഇവിടെ വിട്ടു മമ്മിയും ഡാഡിയും ഗൾഫിൽ സുഖിച്ചുകഴിയുന്നു. ഒമ്പതാം സ്റ്റാന്റേഡിൽ പഠിക്കുന്ന സുനിലിന്റെ പ്രതികരണം."

വിവാഹത്തിനു ശേഷം ഗൾഫ് നാടുകളിൽ വന്നു കൂലിവേലയും വീട്ടുവേലയും ചെയ്ത് രണ്ടും മൂന്നും വർഷം കഴിയുമ്പോൾ നാട്ടിലേക്കു പോകുന്ന ഗൾഫ് മലയാളികളുടെ ദാമ്പത്യജീവിതം ദാരുണവും ദുഃഖകരവുമാണെന്നും മാനസിക വിഭ്രാന്തിയിലും അസ്വസ്ഥതയിലുമാണ് അവർ ദിവസങ്ങൾ തള്ളിനീക്കുന്നതെന്നും പലരുടെയും സമനിലതന്നെ തെറ്റിപ്പോകാറുണ്ടെന്നും "ഇന്ത്യൻസ്

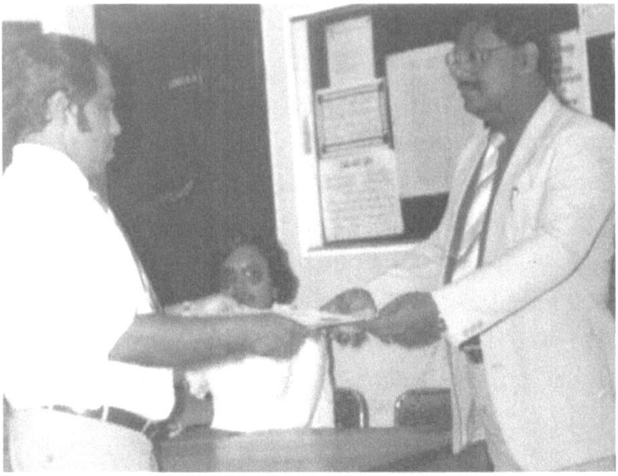

പ്രവാസി വനിതകളുടെ മാനസിക സംഘർഷത്തെ കുറിച്ച് നടത്തിയ പഠനത്തിന് (പർദ്ദക്കുള്ളിലെ ദുഃഖം) ട്രാൻസ് വേൾഡ് കോളേജിന്റെ പുരസ്കാരം സ്വകരിക്കുന്നു.

ഇൻ മിഡിൽഈസ്റ്റ്" എന്ന പുസ്തകത്തിൽ ഡോ: ജി.ബി.ഗാണ്ട്ഗലെ എഴുതിയ വാചകം നമ്മെ ചിന്തിപ്പിക്കേണ്ടതാണ്.

"മിഡിൽ ഈസ്റ്റ് ഡൈജസ്റ്റി" ലെ ചില വാചകങ്ങൾകൂടി ഇവിടെ ഉദ്ധരിക്കട്ടെ: "ഗൾഫിലെ യാന്ത്രിക ജീവിതവും വീടിനെയും നാടിനെയും കുറിച്ചുള്ള ചിന്തകളും കാരണം ഗൾഫ് മലയാളികൾ എപ്പോഴും അസ്വസ്ഥരാണ്. അക്കരെ പോയ ഭർത്താവിനെ ഓർത്ത് നെഞ്ചുരുകി കഴിയുന്ന ഭാര്യ, അങ്ങകലെ കഷ്ടപ്പെടുന്ന മകനെക്കുറിച്ചോർത്ത് കഴിയുന്ന മാതാവ്, ബാദ്ധ്യതയുടെയും ബന്ധങ്ങളുടെയും ദുഃഖങ്ങൾ പേറി കഴിയുന്ന ഗൾഫുകാരൻ. ഇവരുടെ മാനസിക അസ്വസ്ഥതക്കും സംഘർഷങ്ങൾക്കും അതിരില്ല. ഇതെല്ലാം പലരെയും മാനസിക രോഗികളാക്കി മാറ്റുന്നു എന്നാണ് സാമൂഹ്യ-മനശാസ്ത്ര വിദഗ്ദ്ധർ അഭിപ്രായപ്പെടുന്നത്. ഇത് സംബന്ധിച്ചുള്ള സജീവ ചിന്തയും ചർച്ചയും നടന്നാലേ പ്രശ്ന പരിഹാരത്തിലേയ്ക്കുള്ള വഴിതെളിയുകയുള്ളൂ."

ദുബായിലെ ബഷീർ സ്മാരകം

ചെറുപ്പം മുതലേ എന്നെ ഏറ്റവുമേറെ വിസ്മയിപ്പിച്ച എഴുത്തുകാരനായിരുന്നു വൈക്കം മുഹമ്മദ് ബഷീർ. ആ കഥാലോകം തങ്കനിലാവിന്റെ ചാരുതയിലേക്ക് വിരിച്ചിട്ട ഒരു വഴിത്താര പോലെ ഹൃദ്യമായിരുന്നു. തണലും തണുപ്പും ഹാസ്യവും നെടുനിശ്വാസങ്ങളും വീണുകിടന്ന ആ കഥാപ്രപഞ്ചത്തിലൂടെ ഞാൻ ആവർത്തിച്ചാവർത്തിച്ച് യാത്രചെയ്യുമായിരുന്നു.

അതുകൊണ്ട് തന്നെ സമയം കിട്ടുമ്പോഴെല്ലാം ബേപ്പൂരിലെ വൈലാലിൽ വീട്ടിലേക്ക് പോകും. ബേപ്പൂർ സുൽത്താനെ കാണാൻ. ഒരു പിതൃ-പുത്ര ബന്ധമായിരുന്നു ഞങ്ങൾ തമ്മിൽ. ഗുരു ശിഷ്യ സൗഹൃദം. എന്നോടു പറയും: ഗൾഫിലെ ആചാരങ്ങളെക്കുറിച്ചും ഗൾഫ് കേരളബന്ധങ്ങളെക്കുറിച്ചും എഴുതുക.

വീട്ടുമുറ്റത്ത് സുൽത്താൻ നട്ടുവളർത്തിയ തണൽ വൃക്ഷങ്ങൾ. മരച്ചുവട്ടിലെ ഒരു ചാരുകസേരയിൽ അദ്ദേഹം കൂനിക്കൂടി ഇരിക്കുന്നു. മുമ്പിൽ മൂന്നുനാലു കസേരകൾ. ടീപ്പോയിൽ വലിയ ഫ്ളാസ്ക്. ഫ്ളാസ്കിൽ സുലൈമാനി. നാട്ടിന്റെ നാനാ ഭാഗങ്ങളിൽ നിന്നും എത്തിച്ചേരുന്ന ആരാധകർ, സാഹിത്യാസ്വാദകർ, വിദ്യാർത്ഥികൾ...

മരച്ചോട്ടിൽ അദ്ദേഹവുമായി സംസാരിച്ചിരിക്കുക, പ്രസാദമധുരമായ കഥകൾ വായിക്കുംപോലെ ആനന്ദകരമാണ്. എന്ത് സംശയങ്ങൾക്കും മനസ്സിൽ ഒട്ടും സന്ദേഹം ബാക്കിനിൽക്കാത്ത വിധത്തിൽ അദ്ദേഹം മറുപടി നൽകും. എന്ത് വിഷയമായാലും.

"ജീവിതം എന്ന മഹാപ്രവാഹത്തിനു തടസ്സം നിൽക്കുന്ന ഒന്നും ചെയ്തുകൂടാ. ആരെയും ഉപദ്രവിക്കാതിരിക്കുക, കഴിയുന്നത്ര ഉപകാരങ്ങളും ആതുരസേവനവും ചെയ്യുക. അതാണ് മനുഷ്യധർമ്മം." അദ്ദേഹം ഉപദേശിക്കും.

വായനയിൽ നിന്നും അനുഭവങ്ങളിൽ നിന്നും സ്വരൂപിച്ചെടുത്ത ദർശനം അദ്ദേഹത്തിന്റെ എഴുത്തിലും സംസാരത്തിലും ഉടനീളം കാണാം.

കുട്ടികളെ അതിരറ്റ് സ്നേഹിക്കുന്ന, അവരുടെ ഒരു കൂട്ടുകാരനായിരുന്നു അദ്ദേഹം. വിദ്യാർത്ഥികളെ സംബന്ധിച്ച്, പുതിയ തലമുറയെ സംബന്ധിച്ച് അവരുടെ ഭാവിയെ സംബന്ധിച്ച്, എപ്പോഴും ജിജ്ഞാസുവായിരുന്നു. ജീവിതത്തെപ്പറ്റി സാമൂഹ്യാവസ്ഥകളെപ്പറ്റി, സാഹിത്യത്തെപ്പറ്റി, യുവതലമുറയുടെ ഭാവിയെക്കുറിച്ച് എപ്പോഴും പറയുമായിരുന്നു.

സന്ദർശിക്കാനെത്തുന്ന കുരുന്നുകളുടെ കുസൃതിച്ചോദ്യങ്ങൾക്ക് അദ്ദേഹം നൽകുന്ന മറുപടിയും കൗതുകകരമാണ്. അദ്ദേഹത്തിന്റെ ഒരു ജന്മദിനത്തിൽ വൈലാലിലെ വീട്ടിൽ ഒത്തുകൂടിയ വിദ്യാർത്ഥികൾ ചോദിച്ച ചോദ്യങ്ങളും അതിന് അദ്ദേഹം നൽകിയ മറുപടിയും ചിലത് ഇപ്പോഴും ഓർത്തുപോകുന്നു.

"പലേടങ്ങളിലും സഞ്ചരിച്ച താങ്കളെന്തേ യാത്രാവിവരണം എഴുതാതിരുന്നത്?"

"സഞ്ചാരങ്ങളിലെ നാടകീയ സംഭവങ്ങളെല്ലാം ഞാൻ കഥകളാക്കിയിട്ടുണ്ട്."

"എന്ത് മഹർ കൊടുത്താണ് ബേപ്പൂർ കൊട്ടാരത്തിൽ ഫാബിയെ രാജ്ഞിയാക്കിയത്?"

"ബേപ്പൂർ രാജധാനി വിട്ടുകൊടുത്തു"

"ബേപ്പൂർ സുൽത്താന് ഈ ലോകത്തിൽ ഏറ്റവും ഇഷ്ടപ്പെട്ട കാര്യം എന്താണ്?"

"സുഖമായി ജീവിക്കുക."

"ചിലർ പുഷ്പം കൂടെ കൊണ്ടുനടന്നു ആസ്വദിക്കുന്നു. മറ്റു ചിലർ ചെടിയുടെ അരികിൽ ചെന്ന് ആവശ്യത്തിനു മാത്രം ആസ്വദിക്കുന്നു. ഇതിൽ എന്തിനാണ് ആസ്വാദകസുഖം കൂടുതൽ?"

ബഷീർ പറഞ്ഞു: "പുഷ്പങ്ങൾ ചെടിയിൽ നിൽക്കുന്നത് കാണാനാണ് ഭംഗി."

മറുപടി പറയുമ്പോൾ അദ്ദേഹത്തിന്റെ മുഖത്ത് പ്രസന്നമായ പുഞ്ചിരി പൂപോലെ വിരിയുന്നത് കാണാം. ആ വാക്കുകൾ ആരുടെ കാതിലും പൂമഴയായിരുന്നു.

എഴുതാൻ ആഗ്രഹിക്കുന്ന കുട്ടികളോട് അദ്ദേഹം പറയുന്നു:

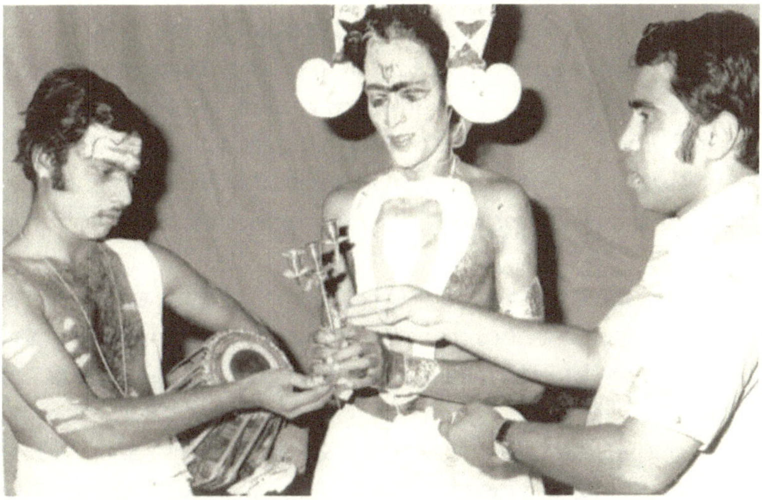

ദുബൈ ബഷീർ സ്മാരക സമിതി സംഘടിപ്പിച്ച കലാപരിപാടിയിൽ വിജയിച്ചവർക്ക് പുരസ്കാരം നൽകുന്നു.

"പറയാൻ സ്വന്തമായ കാര്യവും പറഞ്ഞു ഫലിപ്പിക്കാൻ സ്വന്തമായ ഭാഷയും ഉണ്ടാവണം."

"സഞ്ചരിക്കുക, വായിക്കുക, പഠിക്കുക, ജീവിതത്തെ ഗൗരവത്തോടെ കാണുക. ഒരു നിമിഷം പോലും പാഴാക്കാതിരിക്കുക. നിശ്ചയദാർഢ്യത്തോടെ, പ്രതീക്ഷയോടെ മുന്നോട്ടുപോകുക. ഉയരങ്ങളിലെത്തുക."

സന്ദർശിക്കാനെത്തുന്ന വിദ്യാർത്ഥികളെ അദ്ദേഹം ഉപദേശിക്കുന്നു. അനുഗ്രഹിക്കുന്നു. അദ്ദേഹത്തിന്റെ കൈയൊപ്പ് ചാർത്തിയ പുസ്തകങ്ങൾ കൊടുക്കുന്നു. ഒരു നിധിപോലെ അവർ അത് നെഞ്ചോട് ചേർത്ത് പിടിക്കുന്നു. പിന്നെ ഒരു ഇതിഹാസ പുരുഷനെ കണ്ട നിർവൃതിയോടെ മടങ്ങുന്നു.

എന്റെ ജീവിതത്തിൽ ഏറ്റവുമധികം വിസ്മയിപ്പിക്കുകയും സ്വാധീനിച്ച എഴുത്തുകാരനും ബഷീറാണ്. അദ്ദേഹത്തിന്റെ മുഖക്കുറിപ്പ് കൊണ്ട് അനുഗൃഹീതമാണ് എന്റെ ആദ്യ പുസ്തകം.

"എഴുതാൻ അറിയുന്ന, വളർന്നുവരുന്ന ചെറുപ്പക്കാരനാണ് ആറ്റക്കോയ" എന്നാണ് ആ കുറിപ്പ് ആരംഭിക്കുന്നത്. ജീവിതത്തിൽ എനിക്കു ലഭിച്ച ഏറ്റവും വലിയ പുരസ്കാരം.

എന്റെ സർഗ്ഗചേതനക്ക് ചിറക് മുളക്കാൻ കാരണമായതും അദ്ദേഹത്തിന്റെ അമൂല്യമായ കൈയൊപ്പ് ചാർത്തിയ ആ കുറിപ്പാണ്. സ്വന്തമായ ഭാഷ സൃഷ്ടിക്കുന്നവനാണ് യഥാർത്ഥ എഴുത്തുകാരൻ എന്ന തിരിച്ചറിവ് എനിക്ക് നൽകിയതും അദ്ദേഹത്തിന്റെ കൃതികളാണ്. സുദീർഘമായ ജീവിതാനുഭവങ്ങളിലൂടെ വേരാഴ്ന്നു വളർന്നുവന്നതാണ് ആ കൃതികളോരോന്നും. എന്തെന്തനുഭവങ്ങൾ!!

കമ്പൗണ്ടർ, പത്രാധിപർ, തീവ്രവാദി, തടവുപുള്ളി, ഫക്കീർ, യോഗി, എഴുത്തുകാരൻ ഈ അനുഭവങ്ങളുടെയെല്ലാം തീച്ചൂളയിൽ ചുട്ടെടുത്ത ഒരു ദർശനം അദ്ദേഹത്തിന്റെ കൃതികളിലുടനീളം നിഴലിച്ചു നിൽക്കുന്നു എന്നതാണ് സവിശേഷത. ബാല്യകാല സഖി, ന്റുപ്പുപ്പാക്കൊരാനേണ്ടാർന്നു, പാത്തുമ്മയുടെ ആട്, മതിലുകൾ, ജന്മദിനം, ശബ്ദങ്ങൾ പ്രത്യേകിച്ചും ഈ കൃതികളിൽ ജ്ഞാനധനനായ ഒരു ഋഷിയെപ്പോലെ നിസ്സംഗനാണെങ്കിലും അനീതികളുടെ നേരെ മൗനം പാലിക്കാൻ അദ്ദേഹം ഒരിക്കലും തയ്യാറായിരുന്നില്ല. സമകാലിക ജീവിത യാഥാർത്ഥ്യങ്ങളോട് അദ്ദേഹം ശക്തമായി പ്രതികരിച്ചു. സ്വന്തം വിശ്വാസങ്ങൾ അത് ചിലപ്പോൾ മറ്റുള്ളവർക്ക് അരോചകമാണെങ്കിലും വെട്ടിത്തുറന്ന് പറയും.

ഇന്ത്യാ വിഭജനം ചരിത്രത്തിലെ ഏറ്റവും വലിയ മൗഢ്യമായിപ്പോയെന്നു പറയുമ്പോൾ സ്വാതന്ത്ര്യത്തിനുവേണ്ടി ജയിലുകളിൽ കിടന്നു ചവിട്ടും ഇടിയും കൊണ്ട ആ സ്വതന്ത്ര്യ ഭടൻ വാചാലനാകുന്നു. രാഷ്ട്രീയ നേതാക്കളോട് നിഹിലിസ്റ്റ് മനോഭാവം പുലർത്തുവാൻ പഴയ ഒരു രാഷ്ട്രീയക്കാരനായ ബഷീറിനു എങ്ങിനെ സാധിച്ചു എന്നു നമ്മൾ അത്ഭുതപ്പെടുന്നു. പോയ തലമുറകളിലെ രാഷ്ട്രീയത്തിനും സാഹിത്യത്തിനും പ്രൊഫഷണലിസത്തിനുമുണ്ടായിരുന്നു ആദർശാത്മകത. ഇന്നത് അസ്തമിച്ചിരിക്കുന്നു. ഈ വ്യത്യാസം അറിഞ്ഞുകഴിഞ്ഞാൽ ബഷീറിന്റെ നിഷേധാത്മകതക്ക് എത്രമാത്രം പ്രസക്തിയുണ്ടെന്നു മനസ്സിലാകും. ഇത് ഇന്ത്യയുടെ മാത്രം സ്ഥിതിയാണെന്നു അദ്ദേഹം കരുതുന്നില്ല. അദ്ദേഹം പറയുന്നു: "അഴിമതി ഒരാഗോള പ്രതിഭാസമാണ്. അമേരിക്കയും ചൈനയും റഷ്യയും അതുപോലെ പല വൻകിട രാഷ്ട്രങ്ങളും അഴിമതിയിൽ പിന്നിലല്ല. റഷ്യയെയും ചൈനയെയും ക്യൂബയെയും കുറിച്ച് നിരവധി പുസ്തകങ്ങൾ ഞാൻ വായിച്ചിട്ടുണ്ട്.

ബഷീറിന്റെ കൂടെ

കമ്മ്യൂണിസ്റ്റുകൾ പറയുന്നതുപോലെയുള്ള സമത്വസുന്ദരമൊന്നും അവിടെയില്ല."

സാഹിത്യത്തിലെ പുതിയ തലമുറയെ ബഷീർ തള്ളിപ്പറയുന്നില്ല. സാഹിത്യം എപ്പോഴും പുതിയ രൂപങ്ങൾ തേടിക്കൊണ്ടിരിക്കും. ഒരു കാര്യത്തിൽ അദ്ദേഹത്തിനു വ്യക്തമായ അഭിപ്രായമുണ്ട്. ഒരു സാഹിത്യകൃതിയും ജീവിത നൈരാശ്യത്തിൽ നിന്നു മുളച്ചതാവരുത്. ലോക പ്രശസ്ത സാഹിത്യകാരന്മാരെ ഏറ്റുപറഞ്ഞത് കൊണ്ടായില്ല. പറഞ്ഞു ഫലിപ്പിക്കാൻ സ്വന്തമായ ഭാഷയുണ്ടാവണം. ജീവിതം അർത്ഥരഹിതമാണെന്നും മറ്റും പറയുന്നത് വെറുതെ. ഈ ബ്രഹ്മാണ്ഡത്തിലെ ഒരു ഉറുമ്പായ മനുഷ്യന് എന്ത് അർത്ഥം മനസ്സിലാകാൻ. ഇന്നു മനസ്സിലാക്കുന്ന അർത്ഥമല്ല നാളെ. അർത്ഥങ്ങളും വ്യാഖ്യാനങ്ങളും മാറിക്കൊണ്ടിരിക്കും. കാലദേശങ്ങൾക്കതീതമായി ജീവിതം എന്ന മഹാപ്രവാഹം തുടർന്നു കൊണ്ടേയിരിക്കും.

ജീവിതത്തെപ്പറ്റി, രാഷ്ട്രീയത്തെപ്പറ്റി, സാമൂഹ്യാവസ്ഥകളെപ്പറ്റി, സാഹിത്യത്തെപ്പറ്റി ബഷീർ നമ്മെ പഠിപ്പിച്ചു. നീണ്ട അനുഭവങ്ങളിൽ നിന്ന്, വായനയിൽ നിന്നു സ്വരൂപിച്ചെടുത്ത ദർശനങ്ങൾ.

കോഴിക്കോട്ടെ ബഷീർ പഠനകേന്ദ്രം ഉദ്ഘാടനം : എസ്.കെ.പൊറ്റക്കാട്, കെ.എ.കൊടുങ്ങല്ലൂർ എന്നിവർക്കൊപ്പം

അതു കേട്ടുകൊണ്ടിരുന്നാൽ എഴുന്നേറ്റ് പോരാൻ തോന്നില്ല. ഈ ഓർമ്മയും അദ്ദേഹത്തിന്റെ ദർശനങ്ങളും നിലനിറുത്താനാണ് ഞങ്ങൾ ഗൾഫ് ഇന്ത്യൻ കൾച്ചറൽ സെന്ററിന്റെ ആഭിമുഖ്യത്തിൽ ദുബായിൽ ബഷീർ സ്മാരകം സ്ഥാപിച്ചത്. എല്ലാ വെള്ളിയാഴ്ചയും വൈകുന്നേരം യു.എ.ഇ.യിലെ മലയാളി എഴുത്തുകാരും സാഹിത്യാസ്വാദകരും ബഷീറിന്റെ ചിത്രത്തിനു താഴെ ഒത്തുകൂടുന്നു.

വയോധികനായ ബാലൻ

അബുദാബി കൾച്ചർസെന്റർ സിൽവർ ജൂബിലി സ്പെഷൽ കയ്യിൽ കിട്ടിയപ്പോൾ അതൊരു ഇന്ത്യൻ പ്രസിദ്ധീകരണമാണെന്നാണ് തോന്നിയത്. ലേഖനങ്ങളിലേറെയും ഇന്ത്യയെക്കുറിച്ചും മൺമറഞ്ഞ ഇന്ത്യൻ ഭരണാധികാരികളെക്കുറിച്ചുമായിരുന്നു. മുൻ ഇന്ത്യൻ രാഷ്ട്രപതികളായ ഡോ: രാധാകൃഷ്ണൻ, ഡോ: സാക്കിർ ഹുസൈൻ, എ.പി.ജെ.അബ്ദുൽകലാം, മുൻ പ്രധാനമന്ത്രിമാരായ പണ്ഡിറ്റ് ജവഹർലാൽ നെഹ്റു, ഇന്ദിരാഗാന്ധി എന്നിവരെക്കുറിച്ചെല്ലാം ആ സ്പെഷലിൽ ലേഖനങ്ങളുണ്ട്. എനിക്ക് ഏറ്റവും ആകർഷകമായി തോന്നിയത് എ.പി.ജെ. അബ്ദുൽകലാമിനെക്കുറിച്ചുള്ള സൃഷ്ടിയായിരുന്നു. ഒരു ഇന്ത്യൻ ഭരണാധികാരിയെക്കുറിച്ച് ഒരു അറബി പ്രസിദ്ധീകരണം എഴുതിയത് ഒന്നു വായിക്കുക. ഇത് എഴുതിയത് യു.എ.ഇ. യിൽ ജനിച്ച മലയാളികളായ മാതാപിതാക്കളുടെ മകൻ ഡോ. പി. അബ്ദു സലാം. ഏതൊരു ഇന്ത്യക്കാരനെയും ത്രസിപ്പിക്കുന്ന വരികൾ:

ഭാരത മാതാവിനെ സംബന്ധിച്ചിടത്തോളം ഓമനിച്ചും, ലാളിച്ചും കൊതിതീരാത്ത ഒരോമനപ്പുത്രനായിരുന്നു എ.പി.ജെ. അബ്ദുൽകലാം. ഭാരത ജനതയുടെ ഉന്നമനത്തിനു വേണ്ടി ജീവിതം സമർപ്പിച്ച ത്യാഗി.

സ്കൂൾ കുട്ടികളോടും, കോളേജ് വിദ്യാർത്ഥികളോടും ഇന്ത്യയിലെ ബഹുഭൂരിപക്ഷം വരുന്ന യുവാക്കളോടും ഇണചേർന്ന് അവരിലൊരാളായി അന്ത്യംവരെ കർമ്മനിരതനായി ജീവിച്ച ഒരു മഹദ്വ്യക്തിത്വമായിരുന്നു എ.പി.ജെ അബ്ദുൾകലാം.

രാമേശ്വരത്തെ ദരിദ്ര കുടുംബത്തിൽ പിറന്ന കലാമിനും പ്രദേശത്തിന്നപ്പുറം പോകാൻ പോലും സാമ്പത്തികമായ ത്രാണിയുണ്ടായിരുന്നില്ല. മക്കളുടെ വിദ്യാഭ്യാസം തുടർന്നുകൊണ്ടുപോകു

വാൻ കലാമിന്റെ മാതാപിതാക്കൾക്ക് വളരെ പ്രയാസമായിരുന്നു. എന്നാൽ പഠിപ്പിനോടുള്ള ആഭിമുഖ്യം ആ ബാലനെ തളർത്തിയില്ല. തോമസ് ആൽവാ എഡിസനെപ്പോലെ പത്രക്കെട്ടുകൾ ചുമന്ന് വഴിയോരങ്ങളിൽ വില്പന നടത്തി ലഭിക്കുന്ന ചില്ലറ വരുമാനത്തിൽ നിന്നും പകുതി കുടുംബത്തിനും ബാക്കി സ്വന്തം വിദ്യാഭ്യാസത്തിനും ചിലവഴിച്ചു. കാലത്തെ തോല്പിച്ച്, നിശ്ചയദാർഢ്യത്തോടെ മുമ്പോട്ട് കുതിക്കുവാൻ തന്നെ ആ ദരിദ്രബാലൻ നിശ്ചയിച്ചു. മത്സ്യബന്ധന പ്രദേശത്തെ ഒരു കുടുംബത്തിനു ഇതെല്ലാം സ്വപ്നം കാണാൻപോലും അവകാശമില്ലായിരുന്നു.

സ്വന്തം പ്രയാസങ്ങളും നൊമ്പരങ്ങളും അദ്ദേഹം പുസ്തകത്താളുകളിൽ ഇങ്ങിനെ കോറിയിട്ടു: “1940 ലെ റേഷൻകാലം. ഗോതമ്പ് കൊണ്ടുണ്ടാക്കിയ റൊട്ടികൾ രാത്രിതീൻമേശയിൽ വിളമ്പി. കുടുംബത്തിലെ എല്ലാവരും (ഉമ്മയൊഴികെ) വട്ടമിട്ടിരുന്ന് ഭക്ഷണം കഴിച്ചു. ആർത്തിയോടെ കൂടുതൽ റൊട്ടി അകത്താക്കിയത് കലാ

അബുദാബികൾച്ചർ സെന്റർ സിൽവർജൂബിലി സ്പെഷൽ കൾച്ചറൽ അഡ്വൈസർ ശൈഖ്അലിഹുമൈദ് അൽഖുമൈത്തി പ്രകാശനം ചെയ്യുന്നു.

മായിരുന്നു. മൂത്ത ജ്യേഷ്ഠന്റെ മുഖം ഇരുണ്ടെങ്കിലും ഉമ്മാക്ക് വിഷമമൊന്നുമില്ലായിരുന്നു. ഉമ്മയുടെ പങ്ക് കൂടി കലാം കഴിച്ചതിനാൽ അവർ ആ രാത്രി പട്ടിണി കിടന്നു. വേദനയോടെ സ്നേഹനിധിയായ ഉമ്മയുടെ അടുത്തേക്ക് ആ ബാലൻ കരഞ്ഞു അവരെ കെട്ടിപ്പിടിച്ചു. ആ മാതാവിന്റെ കണ്ണിലും, ഖൽബിലും സ്നേഹത്തിന്റെയും, സന്തോഷത്തിന്റെയും പ്രവാഹമായിരുന്നു. കലാമിനെ അവർ പുണർന്നു.

പ്രാരാബ്ധങ്ങളും പ്രയാസങ്ങളും ഒരഗ്നികുണ്ഡംപോലെ ജീവിതത്തെ ഹോമിക്കുമ്പോൾ, കലാമെന്ന ബാലൻ ഒരു സന്യാസിയെപ്പോലെ, ത്യാഗവും, സഹനവും ജീവിതത്തിന്റെ ഭാഗമാക്കി. പ്രയാസങ്ങളിൽ വെന്തുരുകുമ്പോൾ തന്റെ മനസ്സിൽ ഒരു വലിയ ദാർശനിക സത്യം കലാം കുറിച്ചുവെച്ചു. "സൂര്യനെപ്പോലെ കത്തി ജ്വലിക്കണമെങ്കിൽ അതുപോലെ വെന്തുരുകണം"- ആ ജീവിതം പൂർണ്ണമായ അർത്ഥത്തിൽ അന്ത്യംവരെ കത്തിജ്വലിച്ചു ശോഭപരത്തി.

രാമേശ്വരത്തുദിച്ച ആ സൂര്യൻ ഇന്ത്യയിലും, ലോകത്തുടനീളവും സമാധാനവും, പുരോഗതിയും ആഗ്രഹിക്കുന്ന എല്ലാ മനസ്സുകളിലും വെളിച്ചം നിറച്ചു. നിർദ്ധനരുടെയും, അധഃസ്ഥിതരുടെയും ജീവിതം മെച്ചപ്പെടണമെന്നാഗ്രഹിച്ച ഇന്ത്യ കണ്ട- ലോകം ഉത്സാഹത്തോടെ നോക്കിക്കണ്ട- ഒരത്ഭുത പ്രതിഭാസമായി മാറി അദ്ദേഹം. ഒരു രാഷ്ട്രീയക്കാരനല്ലാതിരുന്നിട്ടും, ഏതൊരു രാഷ്ട്രീയ നേതാവിനേക്കാളുമുയരത്തിൽ അദ്ദേഹത്തിന്റെ പ്രശസ്തിയും, അംഗീകാരവും പാറിപ്പറന്നു. ഇന്ത്യയിലെ മൊത്തം ജനതയുടെ ബഹുമാനം ആ മഹാൻ ഏറ്റുവാങ്ങി. ഒരു വലിയ ശാസ്ത്രജ്ഞനായി അഭൂതപൂർവ്വമായ നേട്ടങ്ങൾ ഭാരതത്തിനും മനുഷ്യകുലത്തിനും സമ്മാനിക്കുമ്പോഴെല്ലാം അതിന്റെ പങ്ക് സ്വന്തം സഹപ്രവർത്തകർക്ക് വീതിച്ചുനൽകി. സാധാരണക്കാരനിൽ സാധാരണക്കാരനായി, വിനയത്തിന്റെയും ലാളിത്യത്തിന്റെ ആൾരൂപമായി, അത്യുന്നതങ്ങൾ കീഴടക്കിയപ്പോഴെല്ലാം ഭൂമിയിലെ ഒരു ശരാശരി മനുഷ്യനായിത്തന്നെ അദ്ദേഹം ജീവിച്ചു. ഒരു ജാതിയുടെയും പ്രത്യേക ആളായി അറിയപ്പെടാൻ അദ്ദേഹം ആഗ്രഹിച്ചില്ല. എന്നാൽ എല്ലാ മതാചാര്യന്മാരെയും, എല്ലാ മതങ്ങളുടെ മൂല്യങ്ങളെയും അദ്ദേഹം ഗഹനമായി പഠിച്ചു. രാഷ്ട്രപതി ഭവനിലേക്കും എല്ലാ

മതങ്ങളിൽപെട്ട ആചാര്യന്മാരേയും അദ്ദേഹം ക്ഷണിച്ചുവരുത്തി അവരിൽനിന്നു വേണ്ടുവോളം പഠിക്കുവാൻ ശ്രമിച്ചു. മതങ്ങളെക്കുറിച്ചുള്ള തന്റെ അവഗാഹം ആചാര്യന്മാരുമായി പങ്കുവെച്ച് അവരെ അത്ഭുതപ്പെടുത്തി.

കൊച്ചു കുട്ടികളുമായി ഇടപെടുമ്പോൾ അവരിലൊരാളായി. നിഷ്കളങ്കനായ- ഒരു സഹപാഠിയെപ്പോലെയുള്ള ആശയസംയോജനമായിരുന്നു അദ്ദേഹത്തിന്റെ രീതി. ഒരു കോടിയിലധികം വിദ്യാർത്ഥികളുമായി അദ്ദേഹം നേരിട്ട് ആശയങ്ങൾ കൈമാറി. ഒരു വിദ്യാർത്ഥി കലാമിനോടു ചോദിച്ചു ഇനിയൊരു ജന്മമുണ്ടെങ്കിൽ ആരായിത്തീരണമെന്നാണങ്ങയുടെ മോഹം. നിഷ്കളങ്കനായ ഒരു ബാലനെപ്പോലെയായിരുന്നു മറുപടി. "ഒരു എലിമെന്ററി സ്കൂൾ അധ്യാപകനാകണമെന്നാണെന്റെ മോഹം."

കലാം വെറുമൊരു സ്വപ്നാടകനായിരുന്നില്ല. താൻ കണ്ട സ്വപ്നങ്ങളെല്ലാം പ്രവർത്തനപഥങ്ങളിലൂടെ യാഥാർത്ഥ്യമാക്കിയ ഒരു പ്രതിഭാ വിസ്മയമായിരുന്നു. അദ്ദേഹം കീഴടക്കാത്ത മേഖലകൾ വളരെകുറവാണ്. നല്ല സ്വപ്നങ്ങൾ കാണാൻ യുവാക്കളെയും, വിദ്യാർത്ഥികളെയും ഉത്ബോധിപ്പിച്ച കലാം, ആ സ്വപ്നങ്ങൾ യാഥാർത്ഥ്യമാക്കേണ്ട രീതികളും അവരെ പഠിപ്പിച്ചു. അവരോട് പറഞ്ഞും, കുട്ടികളെക്കൊണ്ടു പറയിപ്പിച്ചും സൗഹൃദ സംഭാഷണങ്ങളായി മാറുകയായിരുന്നു ഓരോ സംവാദങ്ങളും. മുതിർന്ന നേതാക്കളും ഭരണവർഗ്ഗവും- മനസ്സിൽ കറ പുരണ്ട, ജനമനസ്സുകളെ ഭിന്നിപ്പിക്കുന്നതും, രാഷ്ട്ര സമ്പത്തു കൊള്ളയടിക്കുന്നതും അധികാര ഭ്രമമുള്ള ഒരു കൂട്ടമായി മാറിയതും കൊണ്ടാകാം ഈ മേഖലയെ സ്പർശിക്കാൻ അദ്ദേഹത്തിനു മനസ്സുണ്ടായില്ല. എന്നാൽ മഹാഭൂരിപക്ഷം വരുന്ന യുവാക്കളും വിദ്യാർത്ഥികളുമാണ് നാളത്തെ ഭാരതം നയിക്കേണ്ടതെന്നു ആ ക്രാന്തദർശി മനസ്സിലാക്കി. അവരുടെ മനസ്സുകളിൽ ആഴത്തിൽ അദ്ദേഹം കടന്നുകയറി- സത്യത്തിന്റെ, നന്മയുടെ, സ്നേഹത്തിന്റെ, സമാധാനത്തിന്റെ നേർരേഖകൾ എങ്ങിനെ വരയ്ക്കേണ്ടതെന്ന് കാണിച്ചുകൊടുത്തു. നിർഭയമായി രാജ്യപുരോഗതിയിലേക്കെങ്ങിനെ നടക്കേണ്ടതെന്ന് സ്വാനുഭവത്തിലൂടെ അവരെ പഠിപ്പിച്ചു. സ്വന്തം വീട്ടിൽ മാതാപിതാക്കൾ ഒരു എലിമന്ററി വിദ്യാർത്ഥിക്ക് കളിക്കോപ്പ് വാങ്ങിക്കൊണ്ടു വന്നാൽ- അതു കൈക്കൂലി വാങ്ങിയ പണംകൊണ്ട് വാങ്ങി

യതെങ്കിൽ- "വേണ്ട" എന്നു പറയാൻ അവരെ പഠിപ്പിച്ചു. ഒരു നല്ല ഭാരതം- പുതിയ സാങ്കേതിക വിദ്യയും, ആധുനിക സൗകര്യങ്ങളും എല്ലാ ഭാരതീയനും അനുഭവിച്ചറിയുവാനുള്ള ആഗ്രഹം- അതായിരുന്നു ആ മഹാന്റെ സ്വപ്നം. നെഹ്റുവിനു ശേഷം ഇന്ത്യ കണ്ട കുട്ടികളുടെയും, യുവാക്കളുടെയും ഇഷ്ടതോഴൻ, ഗാന്ധിജിക്ക് ശേഷം ഭാരതം ദർശിച്ച എളിമയുടെയും, നന്മയുടെയും പ്രതീകം.

ശാസ്ത്ര ലോകത്തിന് ഓരോ സംഭാവനകളർപ്പിക്കുമ്പോഴും, അതിന്റെ ഗുണഭോക്താക്കളായി സാധാരണക്കാരനും, ഗ്രാമങ്ങളും മാറണമെന്ന് അദ്ദേഹത്തിന് നിർബന്ധമുണ്ടായിരുന്നു. അദ്ദേഹത്തിന്റെ ഗവേഷണ ടീം ബഹിരാകാശ പേടകത്തിന്റെ ഭാരം കുറക്കുവാൻ ശക്തികൂടിയതും എന്നാൽ നാലിലൊന്ന് ഘനം കുറഞ്ഞതുമായ ലോഹവല കണ്ടെത്തി. ഈ പ്രത്യേക ലോഹം ഹൃദയ ശസ്ത്രക്രിയക്ക് ഉപയോഗിക്കാനും, കൃത്രിമമായ അവയവങ്ങൾ (കൈ കാലുകൾ) നിർമ്മിക്കാനും, ഉപയോഗപ്പെടുത്തണമെന്ന നിർദ്ദേശം കലാം നൽകി. സാധാരണക്കാരനും, പാവപ്പെട്ടവനും അങ്ങിനെ വളരെ ചിലവ് കുറഞ്ഞതും ഭാരം കുറഞ്ഞതുമായ വൈദ്യസഹായങ്ങൾ ലഭിക്കാൻ തുടങ്ങി. സാറ്റ്ലൈറ്റ് വിക്ഷേപണങ്ങൾ - കാലാവസ്ഥ മുൻകൂട്ടി മനസ്സിലാക്കി രാജ്യത്തെയും, കർഷകരെയും അറിയിക്കാനും ഉതകുമാറാക്കിയത് അദ്ദേഹത്തിന്റെ ബുദ്ധിവൈഭവമാണ്. ഐ.ടി. വിസ്ഫോടനം ഗ്രാമങ്ങളിലെത്തിക്കാൻ പ്രചോദനം നൽകിയതും കലാമായിരുന്നു.

അദ്ധ്യാത്മികതയും ശാസ്ത്രവും സമന്വയിച്ച് രാഷ്ട്രപുരോഗതിക്കുതകുമാറ് ഭാരതീയ മനസ്സുകളെ തയാറെടുപ്പിക്കാൻ പഠിപ്പിച്ച ഒരു ശാസ്ത്രജ്ഞനും സൂഫിവര്യനും സന്യാസിയുമായിരുന്നു കലാം. എല്ലാറ്റിനുപരി ഏതൊരു ദേശസ്നേഹിയുടെയും ഗുരുതുല്യനായ പ്രചോദകനും.

ശാന്തമായൊഴുകുന്ന നദിയുടെ സൗന്ദര്യവും, സ്വയം വെന്തുരുകി ലോകമാനം വെളിച്ചം പരത്തുന്ന സൂര്യന്റെ ത്യാഗവും, മനുഷ്യചരാചരങ്ങളുടെ ഭാരവും, പാപവും പേറി പരിഭവമില്ലാത്ത സ്നേഹമയിയായ ഭൂമിയുടെ വിനയവും- ഭാരതത്തിൽ ഏതെങ്കിലും ഒരു മനുഷ്യനിൽ അലിഞ്ഞുചേർന്നിട്ടുണ്ടെങ്കിൽ- ആ മനുഷ്യനെ നമുക്ക് കലാം എന്ന് വിളിക്കാം.

ഇന്ത്യയുടെ വികാസം ആ മഹാൻ മനസ്സിൽ കണ്ടത് ഗാന്ധിജിയുടെ ചിന്തയിലൂടെയാണ്. ഗ്രാമങ്ങളുടെ വികസനങ്ങളിലൂടെയാകണം ഒരു രാഷ്ട്രത്തിന്റെ പുരോഗതിക്ക് തുടക്കം കുറിക്കേണ്ടത്. ഭാരതത്തിന്റെ പുരോഗതിക്കായി ധാരാളം നിർദ്ദേശങ്ങൾ അദ്ദേഹം ഭരണകർത്താക്കളുടെ മുമ്പിൽ വെച്ചു.

- മൂല്യ വ്യവസ്ഥയിൽ അധിഷ്ഠിതമായ വിദ്യാഭ്യാസം
- കൃഷി പ്രോത്സാഹിപ്പിക്കാൻ ആധുനിക സാങ്കേതിക വിദ്യകൾ തേടുക
- വികസനങ്ങൾ ഗ്രാമങ്ങളിലേക്കെത്തിക്കുക
- ആരോഗ്യമേഖലയുടെ പുരോഗതി
- അടിസ്ഥാന സൗകര്യങ്ങളുടെ വികസനം, ശാസ്ത്രപുരോഗതി
- ചുവപ്പുനാടയും, അഴിമതിയും ഇല്ലാതാക്കുക
- വിദ്യാർത്ഥികളെയും, യുവാക്കളെയും രാജ്യ പുരോഗതിയുടെ വക്താക്കളാകുംവിധം അവർക്ക് പ്രബോധനം നൽകുക.
- വിദ്യാഭ്യാസവും ആരോഗ്യവും സാധാരണക്കാരനിലെത്തിക്കാനുള്ള സംവിധാനം ഏർപ്പാടാക്കുക.

പറയുന്ന വാക്കുകളും സ്വന്തം ജീവിതവും ഒരേപോലെ ഇണങ്ങിച്ചേർന്നു പോകുന്നു എന്നതാണദ്ദേഹത്തിന്റെ മഹത്വം. എളിമയുടെ പര്യായം. രാഷ്ട്രപതിഭവനിൽ സ്വന്തം കുടുംബാംഗങ്ങൾ സന്ദർശിച്ചപ്പോൾ അവരുടെ വാടക, ഭക്ഷണം, ഗതാഗതം- എന്നിവക്കെല്ലാം ചിലവായ തുക സ്വന്തം കീശയിൽ നിന്നു നൽകിയ സത്യസന്ധൻ. ജീവിതത്തിൽ ലഭിച്ച എല്ലാ സമ്മാനങ്ങളും രാജ്യത്തിന് തിരിച്ചേല്പ്പിച്ച വിനയാന്വിതൻ. ആദ്ദേഹത്തെ സേവിച്ച പാചകക്കാരനോടും അംഗരക്ഷകനോടും വേലക്കാരനോടും ക്ഷേമൈശ്വര്യങ്ങളന്വേഷിക്കുമായിരുന്ന മഹാമനസ്കൻ. രാഷ്ട്രപതി ഭവനിൽ നിന്നു യാത്രയാകുമ്പോൾ ഏതാനും വസ്ത്രങ്ങളും പുസ്തകക്കെട്ടുകളും രുദ്രവീണയും മാത്രമെടുത്ത് ഒരു സാധാരണക്കാരനായി പടിയിറങ്ങിയ പുണ്യവാൻ. എല്ലാറ്റിലുമുപരി വെറുമൊരു സാധാരണക്കാരൻ.

"ഹൃദയത്തിന്റെ നന്മ സ്വഭാവ നൈർമ്മല്യത്തിലേക്ക് നയിക്കുന്നു.
സ്വഭാവമഹിമ വീട്ടിൽ താളപ്പൊരുത്തമുണ്ടാക്കുന്നു.
വീട്ടിലെ താളപ്പൊരുത്തം നാട്ടിൽ സമാധാനത്തിന് കാരണമാ

കുന്നു.

നാട്ടിലെ ക്രമസംവിധാനം ലോകത്തിന് ശാന്തിയും സമാധാനവും സമ്മാനിക്കുന്നു.

- എ.പി.ജെ യുടെ വാക്കുകൾ

കുട്ടികളെക്കൊണ്ട് മുകളിൽ പറഞ്ഞ പ്രതിജ്ഞയെടുപ്പിക്കുന്നത് അദ്ദേഹത്തിന്റെ ഒരു ശീലമായിരുന്നു. യൂറോപ്യൻ യൂനിയനിൽ ഈ പ്രതിജ്ഞ അദ്ദേഹം ചൊല്ലിയപ്പോൾ നിർത്താതെ കരഘോഷമുയർന്നു.

"എല്ലാ വിജയ കഥകൾക്കും പിന്നിൽ വേദന നിറഞ്ഞ ഒരു തുടക്കമുണ്ട്. വേദനാജനകമായ എല്ലാ തുടക്കങ്ങൾക്കും വിജയകരമായ ഒരന്ത്യമുണ്ടാകും."

ഓർമ്മകൾ ബാക്കിയാക്കി ജനഹൃദഹയങ്ങളിൽ എന്നും അദ്ദേഹം ജീവിക്കും. മായാതെ മറിയാതെ. കലാമെന്ന ഈ അത്ഭുത പ്രതിഭാസത്തെ കണ്ടെത്തി ഭാരതത്തിന് സമർപ്പിച്ചത് വാജ്പയിയാണ്. വിക്രം സാരാഭായി, സതീശ് ധവാൻ എന്നിവരും കലാമിനെ കരുപ്പിടിപ്പിച്ചെടുക്കുന്നതിൽ പങ്കാളികളായി.

കേരളത്തെ അങ്ങേയറ്റം സ്നേഹിച്ച കലാം പ്രദേശത്തിന്റെ എല്ലാ പരിമിതികളും ഉൾക്കൊണ്ടുതന്നെ പത്തിന പദ്ധതികൾ സംസ്ഥാന പുരോഗതിക്കായി സമർപ്പിച്ചു. കേരള ജനതയുടെ സ്നേഹം ഏറ്റുവാങ്ങിയ ആ മഹാന്റെ ഓർമ്മയ്ക്കായി ഗവണ്മെന്റും പ്രതിപക്ഷവും ഒറ്റക്കെട്ടായി ഒരു പദ്ധതിയെങ്കിലും സമയബന്ധിതമായി കുറഞ്ഞചെലവിൽ അഴിമതിമുക്തമായി നടപ്പാക്കാൻ പ്രതിജ്ഞയെടുക്കണം.

ഭാരതത്തിന്റെ ഈ ഓമനപ്പുത്രന് സലാം. സ്തുത്യർഹമാംവിധം ഈ മഹാന്ന് "അന്ത്യോപചാരങ്ങൾ" അർപ്പിച്ച ഇന്ത്യാഗവൺമെന്റ് പ്രത്യേകം പ്രശംസയർഹിക്കുന്നു.

എ.പി.ജെ. അബ്ദുൽകലാം! ഒരുവരി കാലത്തിന്ന് ചരിത്രത്തിന്റെ ഏടുകളിൽ നിന്ന് അങ്ങയെ മാറ്റുവാൻ കഴിയില്ല. അവിടെ അങ്ങയുടെ കൂടെ അബ്രഹാംലിങ്കൺ, ഗാന്ധിജി, നെൽസൺ മണ്ടേല, മദർ തെരേസ്സ എന്നിവരുമുണ്ടാകും.

അങ്ങയുടെ വിയോഗം ഇന്ത്യയെ മാത്രമല്ല, ലോകത്തെയും കണ്ണീരിലാഴ്ത്തി. എന്നാൽ ബഹുഭൂരിപക്ഷം വരുന്ന ഭാരതത്തിലെ വിദ്യാർത്ഥികളും യുവാക്കളും അങ്ങയുടെ ദൗത്യം ഏറ്റെടുത്തുക

ഴിഞ്ഞു. ഇന്ത്യയുടെ ശക്തിയും പ്രതീക്ഷയും ഈ ബഹുഭൂരിപക്ഷത്തിന്റേത് മാത്രമാണ്. അഴിമതിയില്ലാത്ത, മനുഷ്യമനസ്സുകളെ പിളർക്കാത്ത, ദേശത്തിന്റെ പുരോഗതിയും സമാധാനവും മാത്രം കാംക്ഷിച്ചു മുന്നേറുന്ന യുവജനത എന്നും അങ്ങയോടൊപ്പമുണ്ട്. ഭാരതത്തിന്റെ വിനയാന്വിതനായ എളിയ അദ്ധ്യാപകന് പ്രണാമം.

ഒടുവിൽ ഒരുവാക്ക്

'**നി**താഖാത്' സൗദി സർക്കാർ നടപ്പിലാക്കിയ ഒരു നിയമം മാത്രമാണെങ്കിലും അതിന്നുവേണ്ടി ഒരദ്ധ്യായം മാറ്റിവെച്ചത് കേരളത്തിന്നും കേരളത്തിൽ നിന്ന് ഗൾഫ് നാടുകളിലേക്ക് കുടിയേറുന്ന യുവാക്കൾക്കും എന്നും ഒരുപാഠമായിരിക്കണമെന്നത് കൊണ്ടാണ്. മൂല്യവത്തായ മുന്നറിയിപ്പാണ് സഊദി ഗവൺമെന്റ് നടപ്പാക്കിയ നിതാഖാത്ത് പ്രവാസികളെ എക്കാലത്തും ഓർമ്മിപ്പിക്കുന്നത്.

പ്രവാസികളുടെ തിരിച്ച് വരവ് കേരളത്തിൽ സൃഷ്ടിക്കുന്ന പ്രതിസന്ധിയും പ്രത്യാഘാതവും സാമ്പത്തിക വിദഗ്ധർ വിഭാവനം ചെയ്യുന്നതിലേറെ ഭീകരമായിരിക്കുമെന്നു നിതാഖാത്ത് നമുക്കു മുന്നറിയിപ്പു നൽകി. പുതിയ മേച്ചിൽപ്പുറങ്ങളിലേക്ക് ചേക്കേ

പ്രവാസികൾക്കൊരു മാർഗ്ഗരേഖ
തിരുവനന്തപുരത്ത് സംഘടിപ്പിച്ച സെമിനാർ ഉദ്ഘാടനം ചെയ്യുന്നു.

സഊദി അറേബ്യയിൽനിന്ന് നിതാഖാത്തിൽ തിരിച്ചുവന്നവരുടെ സംസ്ഥാന കൂട്ടായ്മയുടെ ലോഗോ ശ്രീ. ഉമ്മൻചാണ്ടിയിൽനിന്നു ഏറ്റുവാങ്ങുന്നു

റാൻ ആഗ്രഹിക്കുന്ന സാങ്കേതിക വിദഗ്ധരായ യുവാക്കൾക്ക് അവസരങ്ങൾ ഒരുക്കുന്നുണ്ടെങ്കിലും പ്രവാസ ജീവിതത്തിന്റെ അനിശ്ചിതത്തെക്കുറിച്ചുള്ള വീണ്ടുവിചാരത്തിന്റെ ചൂണ്ടുപലകയായി ഇതിനെ വിശേഷിപ്പിക്കാമെന്നു തോന്നുന്നു.

"സൗദി അറേബ്യയിൽ നടപ്പാക്കിയ നിതാഖാത് കേരളത്തിൽ ഭീഷണമായ സാഹചര്യം സൃഷ്ടിച്ചു." റിസർവ് ബേങ്കിന്റെ വാർഷിക റിപ്പോർട്ടിലെ ഒരു വാചകം.

വിദേശികൾക്കു രാജ്യത്തു താമസിക്കാവുന്ന കാലയളവ് എട്ടു വർഷമായി പരിമിതപ്പെടുത്താനും അമ്പതോളം തൊഴിൽ വിഭാഗങ്ങളിൽ സ്വദേശിവത്കരണത്തോത് ഉയർത്താനും സൗദി സർക്കാർ എടുത്ത തീരുമാനം അവിടെയുള്ള പ്രവാസികളുടെ ഭാവി ഇരുളടഞ്ഞതാക്കി.

നിതാഖാത് കേരളത്തിലുണ്ടാക്കുന്ന പ്രത്യാഘാതങ്ങളെപ്പറ്റി നിരീക്ഷകർ മുന്നറിയിപ്പു നൽകുന്നുണ്ടെങ്കിലും മുൻകാലങ്ങളിൽ ആഫ്രിക്ക, ബർമ, സിലോൺ, സിംഗപ്പൂർ എന്നിവിടങ്ങളിൽ നിന്നു മലയാളികൾ കുടിയിറങ്ങേണ്ടിവന്നതുപോലെ എന്നു ചൂണ്ടിക്കാട്ടി. ഇത് ലാഘവത്തോടെ കണ്ടുകൂടാ.

എന്നാൽ ഇത്തരം കുടിയിറക്കങ്ങൾ നടന്നുകൊണ്ടിരിക്കുന്നതോടൊപ്പം തന്നെ കുടിയേറ്റങ്ങളും വർധിച്ചുകൊണ്ടിരിക്കുകയാണെന്നു കണക്കുകൾ നമുക്കാശ്വാസം നല്കുന്നു. 24 കോടിയാണ് 2021 ലെ യൂ.എൻ.ഒ. കണക്കുപ്രകാരം ലോകത്തിലെ കുടിയേറ്റക്കാരുടെ എണ്ണം. അധികരിച്ചുവരുന്ന കുടിയേറ്റം പരിഗണിച്ച് യു.എൻ.പൊതുസഭ എല്ലാ വർഷവും ഡിസംബർ 18 അന്താരാഷ്ട്ര കുടിയേറ്റ ദിനമായും ഇന്ത്യാ ഗവൺമെന്റ് ജനുവരി ഒമ്പത് പ്രവാസി ഭാരതീയ ദിനമായും പ്രഖ്യാപിച്ചിരിക്കുകയാണ്.

കുടിയേറ്റ ചരിത്രങ്ങൾ പഠിക്കുമ്പോൾ ഒരു കാര്യം നാം മനസ്സിലാക്കുന്നു. മലയാളിയപ്പോലെ യാത്ര ചെയ്യുന്ന മറ്റൊരു വിഭാഗം ഭൂമുഖത്തുണ്ടാവില്ല. എങ്ങനെയെങ്കിലും നാടുവിടണമെന്ന ചിന്തയാണ് ഈ സാഹസികതയിലേക്ക് അവരെ കൊണ്ടുചെന്നെത്തിക്കുന്നത്. സാമ്പത്തിക പ്രതിസന്ധി ഒരു വാൾമുനപോലെ തൂങ്ങിനിൽക്കുന്ന, കൃഷിയോ വ്യവസായമോ പുഷ്ടിപ്പെടുത്താൻ സാധിക്കാത്ത, ഒരു നാട്ടിലിരുന്ന് ഇങ്ങനെ വിചാരിച്ചാൽ അദ്ഭുതപ്പെടാനില്ല. ഈ അസ്വസ്ഥതയ്ക്കു ഗൾഫ് നാടുകൾ ഒരു വലിയ ആശ്വാസമായിരുന്നു.

ദശാബ്ദങ്ങൾക്കു മുമ്പു മലയാളികൾ ആഫ്രിക്കൻ നാടുകളിലേക്കു ജോലിതേടി ഒറ്റപ്പെട്ട യാത്രകൾ നടത്തിയിരുന്നുവെങ്കിലും രണ്ടാം ലോകമഹായുദ്ധം ഏൽപ്പിച്ച സാമ്പത്തികാഘാതമാണു കേരളീയരെ വിദേശങ്ങളിലേക്ക് കൂട്ടമായി ചേക്കേറാൻ പ്രേരിപ്പിച്ചതെന്നു യു.എൻ.ഒ. രേഖകളും അഭിപ്രായപ്പെടുന്നു.

ഗൾഫ് നാടുകളിൽനിന്നു തൊഴിൽ നഷ്ടപ്പെട്ടവരുടെ തിരിച്ചുവരവ് കുറേ വർഷങ്ങളായി കേരളത്തിൽ സ്ഥിരം സംഭവമായി മാറിയിട്ടുണ്ടെങ്കിലും നിതാഖാതിലൂടെയുള്ള തിരിച്ചുവരവ് ഇതിൽ നിന്നും വ്യത്യസ്തമായതാണ്. ഒരൊറ്റ ദിവസംകൊണ്ട് പെട്ടെന്നു ഭാവി ഇരുളടഞ്ഞുപോയത്പോലെ ഒരവസ്ഥ.

ഇതു സംബന്ധിച്ചു നിരീക്ഷകർ അഭിപ്രായപ്പെടുന്നത് ഇങ്ങനെ: ജീവിക്കാനുള്ള നെട്ടോട്ടത്തിൽ അതിസാഹസികമായ രീതിയിൽ കിട്ടിയ വിസയ്ക്ക്, ഏതെങ്കിലും ജോലികളിൽ കയറിപ്പറ്റി ജീവിതം നട്ടുവളർത്തിയവരാണവർ. രാജ്യങ്ങളിൽ ഏറ്റവും സാമ്പത്തിക സുരക്ഷിതത്വമുള്ള അറേബ്യയിൽ ആശയോടെയും പ്രതീക്ഷയോടെയും ജീവിച്ചുപോന്ന ഇവരുടെ മുമ്പിലുള്ള സൗഭാ

ഗ്യം പെട്ടെന്നു തട്ടിമാറ്റപ്പെട്ടു. ജീവിക്കാനുള്ള ബദ്ധപ്പാടിൽ ഭാവിയെക്കുറിച്ച് അവർ ഗൗരവമായി ചിന്തിച്ചിരുന്നില്ല. സമ്പത്ത് കൈകാര്യം ചെയ്യുന്നതിൽ ദീർഘവീക്ഷണം പുലർത്താനും ശ്രദ്ധിച്ചില്ല. ഇപ്പോഴത്തെ പ്രതിസന്ധി എങ്ങനെ നേരിടണമെന്നതിനെക്കുറിച്ചു വ്യക്തവും പ്രായോഗികവുമായ ഒരു രൂപരേഖ അവർക്കെന്നല്ല, ഭരണകൂടത്തിനുപോലും ഇല്ലെന്നുള്ളത് അവരെ അങ്കലാപ്പിലാക്കുന്നു.

നിതാഖാത് ഇത്രയും കർശനമായി നടപ്പിൽ വരുത്താൻ കാരണമെന്താണെന്നു സൗദി തൊഴിൽ മന്ത്രി എൻജിനിയർ ആദിൽ ഫഖീഖിനോട് പത്രപ്രതിനിധികൾ ചോദിച്ചതിനു മറുപടി ഇങ്ങനെയായിരുന്നു: "തൊഴിൽരഹിതരായ സ്വദേശികൾക്കു ജോലി നൽകുക എന്നതു ഞങ്ങളുടെ പ്രധാന ആവശ്യമാണ്. രാജ്യത്തിന്റെ വികസനത്തോടൊപ്പം സ്വന്തം ജനതയ്ക്കു സാമ്പത്തിക ഭദ്രത ഉറപ്പാക്കുകയും രാജ്യത്തു നിയമപരമായ അച്ചടക്കം നടപ്പാക്കുകയും ചെയ്യുക, വിദേശ തൊഴിലാളികളുടെ കൃത്യമായ കണക്കെടുപ്പു നടത്തി അവരുടെ സുഗമമായ നിയന്ത്രണത്തിനു വേണ്ടിയു

ഗൾഫിൽനിന്നു തിരിച്ചുവന്നവരെ പുനരധിവസിപ്പിക്കാൻ ജപ്പാൻ ഇൻഡസ്ട്രിയൽ പ്രമോഷൻ സെന്റർ തിരുവനന്തപുരത്ത് സംഘടിപ്പിച്ച ശില്പശാലയിൽ

ള്ള സംവിധാനങ്ങളുണ്ടാക്കുക, തദ്ദേശീയരെ അദ്ധ്വാനശീലത്തിലേക്കും തൊഴിലിലേക്കും സ്വാശ്രയത്വത്തിലേക്കും കൊണ്ടുവരിക, സാമൂഹ്യവ്യവസ്ഥയ്ക്കും ആഭ്യന്തര സുരക്ഷിതത്വത്തിനും ഭീഷണിയാകുംവിധം വളർന്നുകൊണ്ടിരിക്കുന്ന അനധികൃത കുടിയേറ്റം നിയന്ത്രിച്ച് ആ മേഖലയെ ശുദ്ധീകരിക്കുക.

"നിതാഖാത് നടപ്പിലാക്കിയ ശേഷമുള്ള സ്വദേശി വത്കരണത്തിലൂടെ 2.54 ലക്ഷം സൗദി പൗരന്മാർക്കു ജോലി ലഭിച്ചു. അനധികൃതമായി ജോലിചെയ്തിരുന്ന പത്തുലക്ഷം വിദേശികളെ നാടുകടത്തി. സ്വകാര്യ മേഖലയിലെ സ്വദേശിവത്കരണത്തോത് 15 ശതമാനം വർധിച്ചു. ഇതോടൊപ്പംതന്നെ സാങ്കേതിക വിദഗ്ധരായ യുവാക്കളെ, അവർ വിദേശികളാണെങ്കിലും നാട്ടിനാവശ്യമുണ്ടെന്നതു ഞങ്ങൾ വിസ്മരിക്കുന്നില്ല. എന്നാൽ, അനധികൃതമായും നിയമവിരുദ്ധമായും നാട്ടിൽ തങ്ങാൻ ആരെയും അനുവദിക്കില്ലെന്നു മാത്രം." മന്ത്രി ആദിൽ ഫഖീഹ് വിശദീകരിച്ചു.

അറബ് നാടുകളിലേക്കു ജോലിക്കു പോയ കുറേപ്പേർ തിരിച്ചുവരുന്നു എന്ന അർഥത്തിൽ മാത്രം നിതാഖാതിനെ വ്യാഖ്യാനിക്കരുതെന്നാണു പശ്ചിമേഷ്യൻ മാധ്യമങ്ങൾ അഭിപ്രായപ്പെടുന്നത്. 'കേരളത്തിൽ സംഭവിക്കുന്ന ഒരു മാറ്റത്തിന്റെ തുടക്കമാണിത്. നിതാഖാതിന്റെ ചുവടുപിടിച്ച് മറ്റ് അറബ് നാടുകളും ഈ ശുദ്ധീകരണം ആരംഭിച്ചാൽ അത് കേരളത്തിൽ സൃഷ്ടിക്കുന്ന പ്രത്യാഘാതം ഭീകരമായിരിക്കും. മിഡിൽ ഈസ്റ്റ് ഡൈജസ്റ്റ് പ്രസിദ്ധീകരിച്ച ലേഖനത്തിൽ പറയുന്നു.

നിതാഖാതിലൂടെ തിരിച്ചുവരുന്നവരുടെ നെഞ്ചിടിപ്പും അവരുടെ ഉള്ളുപൊള്ളിക്കുന്ന അഭ്യർഥനയും കേരള ഭരണാധികാരികൾ കേൾക്കാതെപോകുന്നു. കേരളത്തിലെ പതിനായിരക്കണക്കിനു കുടുംബങ്ങൾ തികഞ്ഞ അരക്ഷിതത്വത്തിലേക്കും ഭാവിയെക്കുറിച്ചുള്ള ഭീതിയിലേക്കും എടുത്തെറിയപ്പെട്ടിരിക്കുന്നത് കാണാതിരുന്നുകൂടാ. കേരളത്തിന്റെ കിനാവും പുഞ്ചിരിയും പകിട്ടും പ്രൗഢിയുമെല്ലാം ഇന്നത്തെ രീതിയിൽ രൂപപ്പെടുത്താൻ സഹായിച്ച ഗൾഫ് സഹോദരൻമാർ സമ്പത്തും ജോലിയും നഷ്ടപ്പെട്ടു തിരിച്ചു വരുമ്പോൾ അവരുടെ വേദനയുടെ നേരെ മുഖംതിരിഞ്ഞു നിൽക്കാതെ അവർക്കു സാന്ത്വനം നൽകുകയും തുടർജീവിതത്തിനുള്ള മാർഗങ്ങൾ കണ്ടെത്തുകയും ചെയ്യേണ്ടത് ആവശ്യമാണ്.

കൊച്ചിയിൽ നടന്ന പ്രവാസി സമ്മേളനം തിരിച്ചുവന്ന പ്രവാസികൾക്കു നൽകിയ സന്ദേശത്തിൽ നിന്ന് ഏതാനും വരികൾ ഇവിടെ ചേർക്കുന്നു: ജന്മദേശത്ത് ഒരുപാട് ജീവിതം നിങ്ങൾക്കു ബാക്കിയുണ്ട്. എവിടെയാണോ ഇച്ഛാശക്തി അവിടെ വഴിയും ഉണ്ടാകുമെന്ന ദൃഢനിശ്ചയത്തോടെ ജനിച്ച മണ്ണിൽ പുത്തൻ സ്വപ്നങ്ങളുടെ വിത്തിറക്കുക. കേരളത്തിലെ സുമനസുകളുടെ അലിവിന്റെ കണ്ണുനീർകൊണ്ട് ആ വിത്തുകൾ ഇവിടെ മുളച്ചുവരട്ടെ. പ്രവാസികളുടെ സംഭാവനകൾക്കു നന്ദിമാത്രം പകരം നൽകിയാൽ പോരെന്ന് ഒന്നിച്ചു ചേർന്നു ഭരണകൂടത്തെ അറിയിക്കുക.

"നിതാഖാത്" സൗദി സർക്കാർ നടപ്പിലാക്കിയ ഒരു നിയമം മാത്രമാണെങ്കിലും കേരളത്തിന്നും ഇവിടെ നിന്നു ചേക്കേറാനിരിക്കുന്ന യുവാക്കൾക്കും ഇത് ചരിത്രത്തിൽ ഒരു പാഠമായിരിക്കും.

●

www.ingramcontent.com/pod-product-compliance
Lightning Source LLC
LaVergne TN
LVHW040814051026
849519LV00007BA/2629
* 9 7 8 9 3 9 3 3 9 7 6 2 1 *